பைசா செலவில்லாமல்
பசுமைப் புரட்சி

ஜீரோ பட்ஜெட்...
பைசா செலவில்லாமல் பசுமைப் புரட்சி

— வெற்றி விவசாயிகளின் நேரடி அனுபவங்கள்

தூரன் நம்பி

விகடன்
பிரசுரம்

Title :
PAISA SELAVILLAMAL
PASUMAI PURATCHI
© THOORAN NAMBI

ISBN : 978-81-8476-178-8

விகடன் பிரசுரம்: **417**

நூல் தலைப்பு:
பைசா செலவில்லாமல்
பசுமைப் புரட்சி

நூல் ஆசிரியர்:
© தூரன் நம்பி

முதற்பதிப்பு : ஜூன், **2009**

பதின்மூன்றாம் பதிப்பு : ஜூலை, **2018**

விலை : ₹ **145**

பதிப்பாளர்:
பா.சீனிவாசன்

முதன்மை உதவி ஆசிரியர்:
அ.அன்பழகன்

உதவி ஆசிரியர்கள்:
ஜெ.கலைவாணி, ப.சுப்ரமணி

இந்தப் புத்தகத்தின் எந்த ஒரு பகுதியையும் பதிப்பாளரின் எழுத்துபூர்வமான முன் அனுமதி பெறாமல் மறுபிரசுரம் செய்வதோ, அச்சு மற்றும் மின்னணு ஊடகங்களில் மறுபதிப்பு செய்வதோ காப்புரிமைச் சட்டப்படி தடை செய்யப்பட்டதாகும். புத்தக விமர்சனத்துக்கு மட்டும் இந்தப் புத்தகத்திலிருந்து மேற்கோள் காட்ட அனுமதிக்கப்படுகிறது.

விகடன் பிரசுரம்
757, அண்ணா சாலை, சென்னை-600 002.
எடிட்டோரியல் பிரிவு போன்: 044-28524074 / 84
விற்பனை பிரிவு போன்: 044-42634283
e-mail: books@vikatan.com

குறைந்த செலவு; நிறைந்த மகசூல்!

விவசாயிகளை நோகடிக்கும் 'முட்டுவளிச் செலவுகள்' எனப்படும் சாகுபடிச் செலவுகளை பூஜ்யமாக்கும் அற்புத வித்தை - ஜீரோ பட்ஜெட்! தத்துவபூர்வமான இதை, இந்திய மாநிலங்கள் பலவற்றுக்கும் கொண்டுசென்றிருக்கிறார் 'வேளாண் வித்தகர்' சுபாஷ் பாலேக்கர்.

'ஜீரோ பட்ஜெட்'டுக்கு மிகப்பெரிய வரவேற்பு இருப்பதையும், அதனடிப்படையில் செயல்படும் விவசாயிகள், மகசூலில் சாதனை படைத்து வருவதையும் கேள்விப்பட்டபோது, இதை தமிழக விவசாயிகளிடமும் சேர்ப்பிக்கலாமே என்று விகடனுக்குத் தோன்றியது.

கடந்த 2006-ல் மைசூர் அருகேயுள்ள சுத்தூர் மடத்தில் ஒரு வார காலம் நடைபெற்ற 'ஜீரோ பட்ஜெட்' பயிற்சி முகாம் பற்றிய கட்டுரை 'ஆனந்த விகடன்' இதழில் 'பைசா செலவில்லாமல் பசுமைப் புரட்சி' என்ற தலைப்பில் வெளியானது. அதற்குக் கிடைத்த வரவேற்பு.... அளவிட முடியாதது.

வாசகரின் கடிதங்கள் கொடுத்த ஊக்குவிப்பு காரணமாக, 'பசுமை விகடன்' இதழில் 'தூரன் நம்பி'யின் கைவண்ணத்தில் 'ஜீரோ பட்ஜெட்' வெற்றி விவசாயிகளின் நெகிழ்ச்சி அனுபவங்கள் தொடர்ந்து இடம்பிடித்தன. பின்னர், திண்டுக்கல், ஈரோடு ஆகிய நகரங்களில் சுபாஷ் பாலேக்கரின் 'ஜீரோ பட்ஜெட்' பயிற்சி வகுப்புகளை 'பசுமை விகடன்' நடத்தியது.

இந்த வெற்றி விவசாயிகளின் அனுபவங்கள் மற்றும் பாலேக்கரின் நேரடி வகுப்பு ஆகியவற்றின் தொகுப்பே இந்த நூல். இதிலுள்ள விஷயங்களை உள்வாங்கி, ஒப்பற்ற விவசாயியாக நீங்கள் திகழவேண்டும்; அதன் மூலம் உலக அரங்கில் ஈடு இணையற்ற விவசாய நாடாக மீண்டும் இந்தியா உயர்ந்து நிற்கவேண்டும்!

– ஆசிரியர்

என்னுரை

எந்தப் பக்கம் திரும்பினாலும் சுரண்டல், சுரண்டலைத் தவிர வேறில்லை என்று அநியாயத்துக்குச் சுரண்டப்படும் ஒரே ஜென்மம் விவசாயிதான். விதை, உரம், மானியம், விளைபொருளுக்கான விலை என்று எல்லாவற்றிலும் விவசாயிகளிடம் கொள்ளையடிப்பதையே வாடிக்கையாகக் கொண்டுவிட்டனர் பலரும்.

இதையெல்லாம் நான் நேரடியாகவே அனுபவித்தவன். 'இந்தக் கொள்ளையர்களுக்கு நடுவே விவசாயம் செய்து வாழவே முடியாது. எனினும் என் உழைப்பை இன்னொருவன் அறுவடை செய்வதைத் தடுக்க முடியுமல்லவா?! எனவே, 'உடம்பில் இறுதிச் சொட்டு ரத்தம் ஓடும் வரை விவசாயமே செய்வது இல்லை' என்று சபதம் எடுத்துக் கொண்டு வேறு வேலை தேடி ஓடினேன்.

சில காலம் பத்திரிகைகளில் பணியாற்றிவிட்டு, என்னுடைய குருவான 'மூத்த பத்திரிகையாளர்' சோலை ஆசியோடு, 1981-ம் ஆண்டு 'உழவன் முரசு' பத்திரிகையை ஆரம்பித்தேன். விவசாயிகளைச் சுரண்டும் சக்திகளைத் தோலுரிப்பதற்காக மட்டுமே அந்தப் பத்திரிகையைப் பயன்படுத்தினேனே தவிர, 'விவசாயத்தை இப்படி செய்... அப்படி செய்' என்று ஒருபோதும் எழுதியதே இல்லை.

'நெல்லு பயிறு செய்யாதே... நிம்மதி இழந்து சாகாதே!

கரும்பு பயிறு செய்யாதே... கடன்பட்டு சாகாதே!

நெல்லு விலை தெரியுமா... நிலத்தில் போட்டது மீளுமா?

கரும்பு விலை தெரியுமா... கடனுக்கது ஆகுமா?

விறகு விலை தெரியுமா... கரும்புபோல மூணு மடங்கு அதிகமாம்.

விறகு பயிர் செய்திடு... விதியை வென்று வாழ்ந்திடு'

– என்று எழுதினேன்.

"விவசாயத்துக்காகப் பத்திரிகை நடத்திக் கொண்டு, நெல்லு பயிர் செய்யாதே.. கரும்பு பயிர் செய்யாதே என்றால் எப்படி?" என்று என்னை அன்றைக்கு பலரும் வறுத்தெடுத்தார்கள். அவர்களே இன்று, 'நீ தீர்க்கதரிசி' என்கிறார்கள்.

ஒரு கட்டத்துக்கு மேல் தாக்குப்பிடிக்க முடியாததால், 'உழவன் முரசு' பத்திரிகையையும் கைவிட வேண்டியதாயிற்று. பிறகு, பிழைப்பு தேடி ஊர் ஊராகச் சுற்றிக் கொண்டிருந்த காலத்தில், கர்நாடக மாநிலத்தில் தஞ்சம் புகுந்திருந்தேன். அப்போது, கர்நாடக மாநில விவசாயிகள் சங்கத் தலைவர் பேராசிரியர் நஞ்சுண்டசாமி, தமிழக விவசாயிகளின் தந்தை சி.நாராயணசாமி நாயுடு, தமிழக விவசாயிகள் சங்கத்தின் பிரசார பீரங்கி கு.செல்லமுத்து, பாரதீய கிசான் யூனியன் தலைவர் மகேந்திர சிங் திகாயத், மகாராஷ்டிர மாநில விவசாயிகள் சங்கத் தலைவர் சரத் ஜோஷி

போன்றவர்களோடு இணைந்து இந்திய விவசாயிகள் சங்கம் உருவாக்கப்பட்டது. அந்த நேரம், அவர்களோடு இருக்கும் வாய்ப்பு எனக்கும் கிட்டியது. ஏற்கெனவே பேரசிரியர் நஞ்சுண்டசாமிக்கு நான் அறிமுகம் என்றாலும், இதன் பிறகு அவருடனான நட்பின் நெருக்கம் மேலும் அதிகரித்தது.

விவசாயிகளின் பிரச்னைகள், உலக வர்த்தக நிறுவனத்தின் நடவடிக்கைகள் காரணமாக விவசாயிகளுக்கு ஏற்படும் இன்னல்கள், பி.டி. ரகங்கள் எனப்படும் மரபணு மாற்று விதைகளால் ஏற்படும் பாதிப்புகள் இவற்றுக்கு எதிராக இந்தியா உட்பட உலக அளவில் நடைபெற்ற போராட்டங்களில் அந்தத் தலைவர்களோடு சேர்ந்து நானும் பங்கேற்றேன். அதையெல்லாம் 'ஜூனியர் விகடன்' இதழில் அவ்வப்போது எழுதியும் வந்தேன்.

"விவசாயிகள் வாழ்வில் இருள் கவ்விக் கிடக்கிறதே, இதிலிருந்து தப்பிக்க வழியே இல்லையா?" என்று நஞ்சுண்டசாமியிடம் கேட்டேன்.

"ஏன் இல்லை?" என்று துள்ளிக் கொண்டு எழுந்தவர், "மகாராஷ்டிராவைச் சேர்ந்த 'வேளாண் வித்தகர்' சுபாஷ் பாலேக்கர் இருக்கிறார். அவருடைய 'ஜீரோ பட்ஜெட் இயற்கை வேளாண்மை' ஒன்றுதான் ஒரே தீர்வு" என்று உறுதியாகச் சொன்னதோடு, "செலவே இல்லாமல் விவசாயம் செய்வது எப்படி என்று தெரிந்து கொள்ள அவருடைய பயிற்சி வகுப்புக்குச் சென்று வாருங்கள்..." என்றும் சொன்னார்.

எனக்குப் பெரிதாக நம்பிக்கையெல்லாம் இல்லை. என்றாலும், அப்போதைக்கு 'சரி' என்று தலையாட்டிவிட்டு நழுவினேன்.

அப்போதுதான் 'பசுமை விகடன்' பிறக்கவிருக்கும் செய்தி என்னை வந்தடைந்து ஆனந்தத்தில் ஆழ்த்தியது. அப்போது, "இதில் உங்களுடைய பங்கு என்ன?" என்று ஆசிரியர் குழுவினர் என்னிடம் கேட்டபோது, "விவசாயம் செய் என்று என்னால் எழுத முடியாது. விவசாயிகளின் பொருளாதாரத்தை ஒழித்துக்கட்டிக் கொண்டிருக்கும் ஆதிக்க சக்திகளின் முகமூடியை கிழிக்கத்தான் முடியும். முடிந்தால் வாய்ப்பு கொடுங்கள்' என்றேன்.

இந்த நிலையில் மைசூர், சுத்தூர் மடத்தில் சுபாஷ் பாலேக்கரின் 'ஜீரோ பட்ஜெட்' பயிற்சி வகுப்பு ஒன்றைப் பார்க்கும் வாய்ப்பு கிட்டியது. மூவாயிரத்துக்கும் மேற்பட்ட விவசாயிகளுக்கு அவர் வகுப்பு எடுத்துக் கொண்டிருந்ததைப் பார்த்தபோது, மனதுக்குள் ஏதோ ஒரு நெருடல். ஆனாலும் அதை அப்போதே மறந்துபோனேன். ஆனால், சில வாரங்கள் கழித்து, 'ஜீரோ பட்ஜெட் இயற்கை விவசாயிகளின் தோட்டங்கள் கர்நாடகாவில் நிறைய இருக்கின்றன. எனவே, ஒரு தோட்டத்துக்குச் சென்று கட்டுரை அனுப்ப முடியுமா?' என்று 'பசுமை விகடன்' ஆசிரியர் குழு என்னிடம் கேட்டது. நான் சம்மதிக்கவே இல்லை. ஆனால், "கண்டிப்பாக கட்டுரை வேண்டும். இது ஆசிரியரின் அன்புக் கட்டளை" என்று சொல்லி போனை வைத்துவிட்டார்கள்.

வேண்டா வெறுப்பாக, குல்பர்காவிலிருந்து 100 கி.மீ. தொலைவில் இருக்கும் ஜிந்தகி நகருக்குச் சென்றேன். அங்கே 'ஜீரோ பட்ஜெட்' விவசாயம் செய்யும் கும்பார் என்ற விவசாயியைச் சந்திக்க, அவர் கங்காதர் என்ற விவசாயியின் தோட்டத்துக்கு அழைத்துச் சென்றார். அங்கே கண்ட முதற்காட்சியே என்னை முற்றிலும் மாற்றிவிட்டது.

கர்நாடகா மாநிலம், தார்வார்டு விவசாயப் பல்கலைக்கழகத்தில் பி.எஸ்ஸி., அக்ரி மாணவர்களுக்கு பாடம் எடுத்துக் கொண்டிருந்தார் சாதாரண விவசாயி கங்காதர். அந்த நொடியே, ஜீரோ பட்ஜெட் இயற்கை விவசாயத்தின் மகத்துவம் என்னுள் புகுந்தது. இதையடுத்து, கும்பாரின் திராட்சைத் தோட்டம் தேடிச் சென்றபோது, அதில் தொங்கிய குலைகள், சுவை ஒவ்வொன்றும் மனத்தில் சிம்மாசனம் போட்டு அமர்ந்துவிட்டது.

நாட்டுப் பசு மாட்டின் சிறப்பு, ஜீவாமிர்தத்தின் சிறப்பு என்று ஒவ்வொரு விவசாயியும் சொன்னதைக் கேட்டுக் கேட்டு, 'இனி விவசாயமே செய்யமாட்டேன்' என்று 28 வருடத்துக்கு முன்பு நான் போட்ட சபதம் இற்றுப் போய், பொலபொலவென உதிர ஆரம்பித்தது.

இப்படி ஓர் அற்புத வித்தையை இதுவரை அறியாமல் போனேனே என்று நொந்து கொண்டேன். போராட்டங்கள் மட்டுமே விவசாயிகளின் வாழ்க்கைத் தரத்தை, பொருளாதாரத்தை மாற்றி அமைக்காது; அதற்கு மேலும் ஏதாவது செய்தாக வேண்டும். அதற்கு வழி கிடைத்து விட்டது என்று பெருமகிழ்ச்சியில் என்னுள்ளம் ஆனந்தக் கூத்தாடியது.

இனி நம் வாழ்வின் லட்சியமே, இந்த சித்தாந்தத்தை தமிழக விவசாயிகளுக்குக் கொண்டு செல்வது மட்டுமே என்று சபதத்தை மாற்றி எடுத்தேன். கர்நாடக மாநிலத்தில் வெற்றிக் கொடி நாட்டிக் கொண்டிருக்கும் ஜீரோ பட்ஜெட் விவசாயிகளின் தோட்டம் நோக்கி ஓடினேன். வெற்றியின் ரகசியம் தோண்டினேன். அவற்றை பசுமை விகடனில் பதிவு செய்தேன். அதன் பலன்-இன்று தமிழகத்தின் மூலைமுடுக்கெல்லாம் 'ஜீரோ பட்ஜெட்-இயற்கை விவசாயம்' எதிரொலிப்பதைப் பார்க்கும்போது மகிழ்ச்சி ஏற்படுகிறது.

மழைக்குக்கூட பள்ளியின் பக்கம் ஒதுங்கவில்லை என்றாலும், கருவிலேயே ஓய்வறியாத உழைப்பைக் கற்றுக் கொடுத்த என்னுடைய தாய் செல்லம்மாளுக்கும், தந்தை சின்னன்ன கவுண்டருக்கும், நாலு காசு பார்க்க வேண்டிய காலத்துல காடு காடா திரியறத ஊக்கப்படுத்த மனசு மறுத்தாலும், ஒருபோதும் உபத்திரவம் கொடுக்காமல் குடும்பப் பொறுப்பை சிறப்பாக கவனித்துக் கொண்டு என்னை ஊர் சுற்ற அனுமதித்த என் மனைவி புஷ்பவள்ளிக்கும், 'உழவர்களின் வாழ்க்கைத் தரத்தை உயர்த்த ஏர்கலப்பை மட்டும் போதாது, பேனா கலப்பையும் முக்கியம்' என்று எனக்குப் புரிய வைத்து ஊக்கமளித்த ஆசான் திரு. சோலை அண்ணன் அவர்களுக்கும் இந்த நூலை சமர்ப்பிக்கிறேன்.

– தூரன் நம்பி

பைசா செலவில்லாமல் பசுமைப்புரட்சி!

1

சபாஷ் போடவைக்கும் சுபாஷ் பாலேக்கர்...

மைசூர் அருகே உள்ள சுத்தூர்... சாரல் வீசும் மாலை நேரம்... கொஞ்சம் பலமாகவே சாரல் விசிறியடிக்க, ஓட்டமும் நடையுமாகப் பரந்த வெளியில் இருந்த அந்தப் பிரமாண்ட பந்தலுக்குள் புகுந்தோம். உள்ளே சுமார் மூவாயிரம் இருக்கைகள் இருக்கும் அத்தனையும் நிரம்பியிருந்தன. மேடையில் ஒரு பெரியவர் கார்டு லெஸ் மைக்கில் இந்தியில் முழங்கிக் கொண்டிருந்தார். அதை கன்னடத்தில் ஒருவர் மொழி பெயர்க்க... ஒட்டு மொத்தக் கூட்டமும் ஆடாமல் அசையாமல் கேட்டுக்கொண்டு இருந்தது.

விவசாயம் தொடர்பான கூட்டத்தை தேடிவந்த நாம், தப்பித் தவறி ஏதாவது சுவிஷேசக் கூட்டத்தில் நுழைந்துவிட்டோமா...? என்று ஒரு நிமிடம் குழம்பிப்போகும் அளவுக்கு இருந்தது அந்தக் கூட்டமும் அதன் ஏற்பாடுகளும்!

மேடையில் முழங்கிக் கொண்டிருந்த பெரியவரின் பெயர் சுபாஷ் பாலேக்கர், (அலைபேசி:094237-02877) மகாராஷ்டிர மாநிலத்தைச் சேர்ந்தவர். மகாராஷ்டிரா உள்ளிட்ட வட மாநிலங்களிலும் கர்நாடக மாநிலத்திலும் விவசாயிகளிடையே பரிச்சயமானவர்தான் இந்த பாலேக்கர். இவருடைய தாரக மந்திரம், 'ஜீரோ பட்ஜெட் ஃபார்மிங்' என்பதுதான்.

'அதென்ன ஜீரோ பட்ஜெட் ஃபார்மிங்?'

'பைசா செலவில்லாமல் விவசாயம்' என்பதுதான் அதற்கு அர்த்தம்!

'என்னது ஒரு பைசாகூட செலவில்லாமல்

ஜீரோ பட்ஜெட்

சுபாஷ் பாலேக்கர்

விவசாயமா..? அவருக்கு கிறுக்கு ஏதாவது புடிச்சிருக்கா. அடியுரம்... மேலுரம்... பூச்சிக்கொல்லி மருந்துனு ஏகப்பட்ட செலவு எகிறிக் கிடக்கு. அவனவன் விவசாயத்தை விட்டே ஓட்டமெடுக்கலாமானு திரியறான். இவர் என்னடானா பைசா செலவில்லாம விவசாயங்கிறாரே...' என்கிறீர்களா?

மேடையில் நடந்ததை மேற்கொண்டு படித்தாலே உங்களுக்கு உண்மை விளங்கிவிடும். பாலேக்கர் பேசிவிட்டு சற்றே நாற்காலியில் அமர, கூட்டத்திலிருந்து ஒவ்வொருவராக மேடையேறி தங்களின் அனுபவங்களை எடுத்துவைத்தனர். கூட்டம் இடைவிடாமல் கை தட்டி ஆர்ப்பரித்தது.

ஓர் இளைஞர், "என் பேரு நாகேஷ். நான் பாண்டவபுரா பக்கத்துல இருந்து வந்திருக்கேன். என்னுடைய தோட்டத்துல முழுக்க கரும்பு போட்டிருக்கேன். அதே தோட்டத்துல அரை ஏக்கர்ல எட்டு விதமான பயிர்களை இயற்கை முறையில விவசாயம் செய்றேன். வெங்காயம், துவரை, மிளகாய், நிலக்கடலை, தக்காளி, வாழை, சோளம், சுரைக்காய்னு அத்தனையையும் ஒரே நேரத்துல போட்டேன். எந்தவித நஷ்டமும் இல்லாம பெருத்த லாபம்தான் எனக்குக் கிடைச்சுது. பாலேக்கர் ஐயா மட்டும் இந்த யோசனையை எனக்கு சொல்லாட்டி... இன்னிக்கும் வட்டிக்கு கடன் வாங்கி விவசாயம் பண்ற சராசரி விவசாயியாத்தான் நான் இருந்திருப்பேன். அவர்தான் எனக்கு தெய்வம்" என்று பாலேக்கரின் கால்களில் சாஷ்டாங்கமாக விழுந்து கும்பிட்டார்.

இப்படியே வரிசையாகப் பலரும் மேடையேறி பாலேக்கரின் கால்களுக்கு மரியாதை செலுத்திவிட்டுக் கீழிறங்க... நாம் ஆச்சர்யத்தின் உச்சத்தில்தான் நின்றோம்.

'அதை முறித்தார்... இதைக் கிழித்தார்' என்றெல்லாம் சொல்லிக் கொண்டு சமூகத்தில் திரியும் எத்தனையோ வெத்துவேட்டுகளின் கால்களில் விழும் கூட்டத்தையே அதிகமாக பார்த்துப் பழக்கப்பட்டிருக்கும் நாம், ஒரு விவசாயியின் கால்களில் விழுந்து வணங்கும் கூட்டமும் இங்கே இருக்கிறது என்பதை முதன்முதலாகப் பார்க்கும்போது எப்படி ஆச்சர்யப்படாமல் இருக்க முடியும்?

அந்த சாதனை மனிதரைச் சந்திப்போமா..!

மகாராஷ்டிர மாநிலத்தின் குக்கிராமம் ஒன்றில் பிறந்த சுபாஷ் பாலேக்கர், தன் கதையோடு... ஜீரோ பட்ஜெட் ஃபார்மிங் உருவான கதையையும் சேறாகக் குழைத்துச் சொன்னார்.

"நான் படித்தது பி.எஸ்ஸி. விவசாயம். நான் ஆச்சார்யா

விகடன் பிரசுரம்

வேளாண் வித்தகர் பாலேக்கரின் பாதங்களை தொட்டு வணங்கும் விவசாயி

வினோபாவோட சிஷ்யன். படிப்பு முடிந்ததும் வினோபா முன்னே போய் நின்றேன். 'நீ அக்ரி ஆபீஸரா வேலையில சேரக் கூடாது. ஏழைகளுக்காகவும் பழங்குடி மக்களுக்காகவும் பாடுபடணும்'னு வினோபா சொன்னார். அதன்படியே களத்தில் இறங்கினேன். அப்படியே என்னோட தோட்டத்து விவசாயத்தையும் நானே கவனிக்க ஆரம்பித்தேன். 36 ஏக்கரில் முழுக்க முழுக்க ரசாயன உரம் போட்டு விவசாயத்தைச் செய்தேன். வேளாண் பல்கலைக்கழகமும் விவசாய அதிகாரிகளும் சொன்னவற்றை வரி மாறாமல் கடைபிடித்து விவசாயம் செய்தேன். நல்ல விளைச்சல் இருந்தது. ஆனால், 1985-ம் ஆண்டுக்குப் பிறகு ஒட்டு மொத்தமாக விளைச்சல் குறைய ஆரம்பித்தது.

நான் படித்தது அகோலாவிலிருக்கும் வேளாண் பல்கலைக்கழகத்தில்தான். அதன் துணைவேந்தர் எனக்கு நல்ல அறிமுகம் உண்டு. அவரிடம் போனேன். 'அறிவியல் சரியாக இருக்கிறது. தொழில் நுட்பமும் சரியாக உள்ளது. ஆனாலும், உற்பத்தி குறைந்தது எப்படி என்பது புரியவில்லை' என்று

| ஜீரோ பட்ஜெட் |

மைசூரில் வேளாண்மை கூட்டத்தில் கூடியிருந்த விவசாயிகள்

கேட்டேன். நெற்றியைச் சுருக்கி நீண்ட நேரம் யோசித்தவர், 'யூரியா, பாஸ்பேட், எண்டோசல்பான் எல்லாவற்றையும் அதிகப்படுத்து' என்று சொல்லி என்னை அனுப்பிவைத்தார்.

அது சரியான பதிலாக எனக்குப் படவில்லை. கடுமையாகச் சிந்திக்க ஆரம்பித்தேன். 1985 முதல் 89-ம் ஆண்டு வரை காடுகளில் அலைந்து திரிந்தேன். புளிய மரம், மாமரம், அரச மரம், செடிகள், கொடிகள் என்று எல்லாமுமே பச்சைப் பசேல் என செழிப்பாக வளர்ந்துகிடந்தன. காட்டில் வேளாண்மை இல்லை... நீர்ப்பாசனம் இல்லை... யூரியா இல்லை... பூச்சிக்கொல்லி இல்லை. எங்கே இருந்து வந்தது இத்தனை செழிப்பு? மனிதனின் எந்த விதமான உதவியும் இல்லாமல் ஏற்றுமதித் தரம் வாய்ந்த பழங்களை வருடந்தோறும் காட்டு மரங்களால் எப்படிக் கொடுக்க முடிகிறது? யோசிக்க யோசிக்கக் கிடைத்த விடை பிரமிக்கவைப்பதாக இருந்தது. அந்த விடை இயற்கை தொழில் நுட்பம். அதுதான் 'ஜீரோ பட்ஜெட் ஃபார்மிங்.'

விகடன் பிரசுரம்

பாலேக்கரின் உரையை கூர்ந்து கவனிக்கும் விவசாயிகள்

இயற்கையிடம் பாடம் படித்தேன். அதை விவசாயிகளிடம் சேர்ப்பிக்கும் போஸ்ட்மேனாக இப்போது இருக்கிறேன்.

காட்டில் இருந்தபோது ஒரு புளிய மரத்தைக் கவனித்தேன். நன்றாக காய் காய்த்து தொங்கிக் கொண்டு இருந்தது. அதன் அடியில் ஓரிடத்தில் மாட்டுச்சாணம் கிடந்தது. அதைச் சாப்பிட ஏகப்பட்ட மண்புழுக்கள் அங்கே முகாமிட்டு இருந்தன. அந்த சாணத்தைச் சுற்றி கொஞ்சதூரம் வரையில் தரையில் வரிசையாக ஓட்டைகளும் இருந்தன. அந்தச் சாணியை வண்டுகள் சில உருட்டி உருட்டி அந்த ஓட்டைகளுக்குள் தள்ளிக் கொண்டிருந்தன. அந்த நிமிடத்தில்தான் எனக்குள் பொறி தட்டியது. அந்த உருண்டையை ஆய்வு செய்தேன். நைட்ரஜன், பாஸ்பேட், பொட்டாஷ், கால்சியம், மெக்னீசியம், கந்தகம் எல்லாம் அதில் அடங்கியிருந்தது. அத்தனையும் சத்தான உரம். தன்னுடைய தேவைக்காக அந்த உருண்டையை அந்தப் பூச்சி கொண்டுசேர்க்கிறது. ஆனால், அதுவே ஒரு விதத்தில் மரத்துக்கு உரமாகவும் பயன்படுகிறது. இதற்காக அந்த உருட்டாம் பூச்சி எந்தக் கல்லூரியில் போய் பாடம் படித்தது.

| ஜீரோ பட்ஜெட் |

சுத்தூர் மடத்தின் பீடாதிபதி

இதையெல்லாம் யோசித்துப் பார்த்தபோது இத்தனை நாட்களாக வேளாண் பல்கலைக்கழகம் சொல்லிக் கொடுத்தது அத்தனையுமே பொய் என்று எனக்குப்பட்டது. இயற்கை சிஸ்டம் எல்லாமே சரியாகத்தான் உள்ளது. அறிவியல் உள்ளது உள்ளபடி சொல்கிறது. ஆனால், அதை வைத்துக்கொண்டு ஆராய்ச்சியில் இறங்கும்போதுதான் விவசாயிகளை குழப்பி, அவனுடைய எதிர்காலத்துக்கே வேட்டு வைக்கிறார்கள் வேளாண் துறையினரும் பல்கலைக்கழகங்களும்.

மண்புழுதான் எல்லாவற்றிலும் சிறந்த விவசாயி. எங்காவது சாணம் கிடந்தால் போதும் உடனடியாக பூமியின் எத்தனை அடி ஆழத்தில் இருந்தாலும் மண்புழு சரியாக அந்த இடத்தில் மேலே வந்து அந்த சாணத்தை தின்று, தன் எச்சத்தை எருவாகக் கொடுக்கிறது. சாணத்தில் அப்படி என்னதான் இருக்கிறது என்ற ஆராய்ச்சியில் இறங்கினேன். இந்தியாவின் தென்கோடியான தமிழகத்தில் இருந்து வடகோடி வரை எல்லா மாநிலத்திலும் உள்ள பல்வேறு வகையான மாடுகளின் சாணத்தை ஆராய்ச்சி செய்தேன். கிட்டத்தட்ட எல்லாவற்றின் தன்மையும் ஒரே மாதிரியாகவே இருந்தது. சாணம் ஈரமாக இருக்கும்போதுதான் மண்புழு அங்கே வருகிறது. காய்ந்துவிட்டால் அவை வருவதில்லை. அதேசமயம் காய்ந்துபோன சாணத்தை மீண்டும் ஈரமாக்கினால் சட்டென்று மண்புழுக்கள் வந்துவிடும்.

மண்புழுதான் மரம், செடி, கொடி எல்லாவற்றுக்கும் தாய். மண்ணுக்குள் இருந்தபடியே உணவைச் சமைத்து தாவரங்களின் வேரில் கொடுக்கின்றது அந்தத் தாய். ஆனால், நாமோ ஏ.கே.47. துப்பாக்கி மூலம் தாயையும் மனைவியையும் சுட்டுக் கொன்றுவிட்டு ஓட்டல் சாப்பாட்டுக்கு நாக்கை தயார்படுத்திக் கொண்டுவிட்டோம்" என்று உணர்ச்சி வசப்பட்ட பாலேக்கர்,

"இன்றைக்கு இயற்கை விவசாயத்தைப் பற்றி பேசினால், எதிர்ப்புகள் அதிகமாக உள்ளது. ரசாயன உரத்தின் பக்கம் நின்றுகொண்டு பேசுவோரிடம் பணம், படை என்று எல்லா அதிகாரமும் இருக்கிறது. அதிகார வர்க்கமும் அவர்களின் பக்கமே நிற்கிறது. ஆனால், நிச்சயமாக இந்தப் போரில் இயற்கையே வெல்லும்.

ரசாயன உரம் மிக மோசம் என்றால் ஆர்கானிக் என்ற பெயரில் பிரபலப் படுத்தப்படும் உரமும் மோசமாகத்தான்

14

இருக்கிறது. இயற்கையான உரமே எல்லாவற்றுக்கும் நல்லது. நேரடியாக சாணத்தையும் இலை, தழைகளையும் தோட்டங்களில் போட்டாலே போதும் விவசாயம் செழிக்கும். இதைத்தான் நாம் பாரம்பரியமாக செய்துவந்தோம். இடையில் மறந்துவிட்டோம். இனியாவது இயற்கையை நோக்கிச் செல்ல உறுதி எடுப்போம்" என்று சொன்னார். சுமார் 3,000 விவசாயிகளைத் திரட்டி, இப்படி ஒரு கூட்டத்துக்கு ஏற்பாடு செய்தது அரசாங்கமோ, அரசியல் கட்சிகளோ அல்ல! கர்நாடக மாநிலத்தில் பிரபலமாக இருக்கும் சுத்தூர் மடம்தான். மொத்தம் ஆறு நாட்கள் விவசாயிகளை தன் இடத்தில் இலவசமாகவே தங்கவைத்து, மூன்று வேளையும் வயிறார உணவு கொடுத்து உபசரிக்கவும் செய்தது இந்த மடம். இந்தக் கூட்டத்தில் கலந்துகொள்ள தமிழகத்தில் இருந்தும் ஏராளமான விவசாயிகள் வந்திருந்தனர்.

சுத்தூர் மடத்தின் பீடாதிபதியிடம் பேசியபோது, "இந்தியா விவசாய நாடு. இங்கு இருக்கும் ஒவ்வொரு ஜீவனுமே விவசாயத்தால்தான் ஜீவித்திருக்கிறது. அதனால்தான் எங்க மடத்தில் 'க்ரிஷி விக்யான் பவன்' என்று ஒரு அமைப்பையே வைத்துள்ளோம். ஜீரோ பட்ஜெட் ஃபார்மிங்குக்குக் கிடைத்திருக்கும் வரவேற்பைப் பார்க்கும்போது, இனி வருடந்தோறுமே இப்படியொரு கூட்டத்தை நடத்தலாமா என்று யோசித்துக்கொண்டு இருக்கிறோம்" என்று சந்தோஷம் பொங்கச் சொன்னார்.

பலே பப்பாளி!

2

சுபாஷ் பாலேக்கர்... மராட்டிய மண்ணில் பிறந்த இந்த மனிதரை, இயற்கை அன்னையே தங்களை நோக்கி அனுப்பி வைத்த தூதராகக் கருதுகிறார்கள் பல விவசாயிகள்.

அதற்குக் காரணம் 'ஜீரோ பட்ஜெட் ஃபார்மிங்' என்கிற இவரது விவசாய முறை! இந்தியா முழுவதும் பல மாநிலங்களுக்குப் பயணம் செய்து, பெரும் திரளான விவசாயிகளுக்கு மத்தியில் இவர் நிகழ்த்தும் உரையின் போது, மந்திரத்துக்குக் கட்டுப் பட்டது போல் சிலையாக அமர்ந்திருக்கிறார்கள் விவசாயிகள்.

சுபாஷ் பாலேக்கரின் விவசாயத் தத்துவத்தைக் கேட்டு, 'பைசா செலவு இல்லாமல் வளமான விவசாயம் செய்வதா... அதெப்படி சாத்தியம்?' என்றுதான் கர்நாடக மாநிலம், பீஜாப்பூர் மாவட்ட விவசாயிகளும் முதலில் கேட்டார்கள். இப்போது அவர்களே... 'தாராளமாக முடியும்!' என்று உற்சாகத்துடன் அடித்துச் சொல்கிறார்கள். நடைமுறையில் அதை சாதித்தும் காட்டிய பெருமிதம் பொங்குகிறது அவர்களிடம்.

கர்நாடகாவின் வட மேற்குப் பகுதியிலிருக்கும் குல்பர்காவிலிருந்து 120 கி.மீ. தொலைவில் இருக்கிறது சிந்துகி என்ற சிறிய நகரம். பொட்டல்காடுகள். வானம் பார்த்த வறண்ட பூமி. முட்செடிகள் கூட முழுமையான செழுமையில் இல்லை. தண்ணீர் தட்டுப்பாடு. இப்போதுதான் பூமிக்கு வகிடு எடுத்தது போல ஆங்காங்கே புதிய வாய்க்கால்கள் முளைத்துள்ளன. இன்னும் தண்ணீர் வரவில்லை என்கிறார்கள்.

விகடன் பிரசுரம்

ஜீரோ பட்ஜெட் விவசாயம் செய்யும் கங்காதர்

இப்படிப்பட்ட வறண்ட பூமியிலும், சில விவசாயிகள் சிறு சிறு சோலைகளை உருவாக்காமல் இல்லை. விஞ்ஞான விவசாயமும் இயற்கை விவசாயமும் இங்கே கைகோத்து சாதனை நிகழ்த்தியிருக்கின்றன.

மதியம் 1 மணி... சிந்துகி கிராமத்தில் கங்காதர் (அலைபேசி: 094491 - 35641) என்ற விவசாயியின் தோட்டம்.... கிணத்துமேடு... மூன்று பெரிய புளியமரங்கள். தமிழ் சினிமா பஞ்சாயத்துக் காட்சியைப் போல, நமது கதாநாயகன் கங்காதர் சம்மணம் போட்டு அமர்ந்திருக்க... அவருக்கு முன்பு ஐந்தாறு இளந்தளிர்கள் பப்பாளிப் பழத்தை சுவைத்தபடி உரையாடலில் மூழ்கி இருந்தனர். நமது வரவு, அவர்களின் சம்பாஷணைக்குத் தடை போட்டது. "தமிழ்நாட்டிலிருந்து என்னைச் சந்திப்பதற்காகவே வந்திருக்கிறார்கள். இன்னும் 10 நிமிடங்களில் இவர்கள் கிளம்பி விடுவார்கள். பிறகு நாம் விரிவாகப் பேசலாமே" என்றார் கங்காதர்.

நம்முடன் வந்திருந்த கர்நாடக ராஜ்ய விவசாயிகள் சங்க துணைத் தலைவர் பஸ்வரெட்டி "இவங்கள்லாம் யாரு?" என்றார்.

"நான் செய்கிற ஜீரோ பட்ஜெட் விவசாய முறை குறித்துத் தெரிந்துகொள்வதற்காக பீஜாப்பூர் விவசாயக் கல்லூரியிலிருந்து வந்திருக்கும் மாணவர்கள் இவர்கள். இறுதியாண்டு பி.எஸ்ஸி. விவசாயம் படிக்கிறார்கள்" என்று கங்காதர் சொல்ல... அவர் மீதும், அந்த சூத்திரத்தை அவருக்குக் கற்றுக்கொடுத்த பாலேக்கர் மீதும் நம் பிரமிப்பு விரிகிறது.

இன்றைக்கு மூன்று மாதங்களுக்கு முன்பு வரை, 'விஞ்ஞான விவசாயம்தான் சிறந்தது. வளரும் மக்கள் தொகைக்கு ஏற்ப, ஈடு

ஜீவாமிர்தக் கரைசலை கலக்குகிறார் கும்பார், அருகில் பஸ்வரெட்டி

கொடுத்து உணவு உற்பத்தியைப் பெருக்குவது விஞ்ஞான ரீதியான விவசாயத்தால் மட்டுமே முடியும்' என்று வாதிட்டுக் கொண்டிருந்த விவசாய பல்கலைக் கழக துணைவேந்தர்தான் தம்மிடம் படிக்கும் பட்டதாரிகளை இப்போது இங்கே அனுப்பியிருக்கிறார் என்பதை அந்த மாணவர்களிடமே பேசித் தெரிந்துகொண்டோம்.

பல்கலைக்கழக மாணவர்கள் மட்டுமல்ல.... பேராசிரியர்கள், பல்வேறு பகுதியிலிருந்து விவசாயிகள் தினமும் தொடர்ந்து வந்து கங்காதரின் நிலங்களை பார்த்தவண்ணம் உள்ளதால், அவரின் விவசாய வேலைகளே ஸ்தம்பிக்கும் அளவுக்கு கால நெருக்கடி. அதனால், வாரத்தில் ஒருநாள் மட்டும் (ஞாயிறு) பார்வையாளர்களை சந்திப்பது என்று இப்போது முடிவு செய்திருப்பதாகச் சொன்னார் கங்காதர். சில ஞாயிறுகளில் 400-க்கும் மேற்பட்டவர்கள் குவிந்து போக... அவர்களை உபசரித்து, 'ஜீரோ பட்ஜெட்' விவசாய முறையைச் சொல்லிக் கொடுக்க கொஞ்சம் திணறித்தான் போகிறாராம்.

"மூன்று வருடங்களாகிவிட்டது, நான் பாலேக்கர் ஐயாவின் 'ஜீரோ பட்ஜெட்' விவசாயத்துக்கு மாறி!" என்று சந்தோஷம் பொங்க ஆரம்பித்த கங்காதர்,

ஜீரோ பட்ஜெட்

"ரசாயன உரங்களையும் பூச்சி மருந்துகளையும் பயன்படுத்தி பயிர் செய்து வந்தவன்தான் நானும். எங்கள் குடும்பத்துக்கு 200 ஏக்கருக்கு மேல் நிலம் இருக்கிறது. வருடா வருடம் மிக அதிகமான அளவு ரசாயன உரங்களும், பூச்சிக்கொல்லி மருந்துகளும் தேவைப்பட்டதால், நாங்களே உபதொழிலாக ஒரு உரக்கடை கூட வைத்திருந்தோம். ஒருநாள் நானும், கும்பார் என்ற என் நண்பரும் தற்செயலாகக் கேள்விப்பட்டுத்தான் சுபாஷ் பாலேக்கரின் கூட்டத்துக்குப் போனோம். அவர் பேச்சைக் கேட்கக் கேட்க மனசுக்குள் ஒரு மாற்றம் நிகழ்வதை என்னால் உணர முடிந்தது. ஆணித்தரமாகவும், விவசாயிகள் மீது உள்ளார்ந்த அன்புடனும் அவர் நிகழ்த்திய உரையைக் கேட்டதுமே... நான் முதலில் எடுத்த முடிவு - உரக்கடையை இழுத்து மூடியதுதான்.

என் அப்பாவிடம் பேசினேன். 40 ஏக்கர் நிலத்தை மட்டும் முதலில் எனது கட்டுப்பாட்டில் எடுத்துக் கொண்டேன். சுபாஷ் பாலேக்கர் வழியில் இயற்கை விவசாயத்தைத் துவக்கினேன். 3 பசு மாடுகள், 3 காளை மாடுகள். இவற்றின் சாணத்திலும், கோமியத்திலும் பாலேக்கர் ஐயா சொன்னபடி பீஜாமிர்தம், ஜீவாமிர்தம் தயார் செய்து, அதையே நீரில் கலந்து பாய்ச்சினேன். நம்பிக்கை இழக்காமல் நான் தொடர்ந்தபோது அற்புதம் நிகழ்ந்தது.

உதாரணத்துக்குக் கரும்பை எடுத்துக் கொள்வோம். 8 அடி இடைவெளியில் பார்கள் அமைத்து, கரணைகளை முளைக்க வைத்தேன். அதுவும் ஒரு ஏக்கருக்கு வெறும் 3000 முளைப்புகள் மட்டுமே. பிறகு அந்த 8 அடி இடைவெளியில், உளுந்து, கொண்டக் கடலை, தட்டை, அவரை போன்ற ஊடுபயிர்களை வைத்தேன். கரும்பு முளைத்து வளருவதற்கு முன்பு ஊடுபயிர்கள் பலன் கொடுக்க ஆரம்பித்து விட்டன. பிறகு, அந்தச் செடி மற்றும் அதன் இலைகளை அந்த மண்ணிலேயே மக்க விட்டேன். சிறு தாவரங்கள் காற்றிலிருந்தும் நீரிலிருந்தும் சூரிய ஒளியிலிருந்தும் தங்களுக்குத் தேவையான ஊட்டச்சத்தை எடுத்து நைட்ரஜன் உருவாக்கும் சக்தி கொண்டவை. அவை தமது தேவைக்கு எடுத்துக் கொண்டது போக மிச்சத்தை வேரில் சேமித்து வைத்திருக்கும். அந்த வேர் போன்றவை அங்கேயே மக்கியதால், கரும்புக்குத் தேவையான நைட்ரஜன், பாஸ்பரஸ், பொட்டாஷ் எல்லாமே கிடைப்பதை அனுபவத்தில் உணர்ந்தேன்.

மேலும் ஜீவாமிர்தம் கலந்த நீரைப் பாய்ச்சும்போது, பூமிக்குள் இருக்கும் கோடிக்கணக்கான நுண்ணுயிரிகள் மற்றும் மண்புழுக்கள் கிளம்பி மேலே வந்து, பயிருக்கு தேவையான மற்ற தாதுப் பொருட்களை தயார் செய்கின்றன. அவற்றை மிகப் பிரமாதமாக பயிர்களுக்கு எடுத்துக் கொடுக்கின்றன. இந்த வகை விவசாயத்தில், ஏக்கருக்கு 45 டன் கரும்பு எடுக்கிறேன். மண் கெடுவதில்லை. அதனால், மகசூல் மேலும் அதிகரித்துக் கொண்டே போகிறது" என்கிறார் கங்காதர் நெஞ்சை நிமிர்த்தியபடி.

அதேபோன்று 4 ஏக்கரில் பப்பாளி பயிர் செய்து உள்ளார். அங்கும் ஊடு பயிராக கொண்டைக் கடலை பயிர் செய்துள்ளார். எந்த வகை ரசாயன உரமும் இல்லாமல், ஏக்கருக்கு 50 டன் முதல் 120 டன் வரை பப்பாளி கிடைக்கிறது. ஒவ்வொரு பழமும் 2 முதல் 5 கிலோ வரை தேறுகிறது. ருசியோ கொள்ளை ருசி! 1 கிலோ பப்பாளி ஒரு ரூபாய் என்று மிகக் குறைத்து கணக்கு வைத்தாலே குறைந்தபட்சம் 50,000 ரூபாய் வரை கிடைக்கும் என்று ஒரு விவசாயியாக நம் மனசு கணக்கு போட்டது. நம் மனக் கணக்கை அப்படியே படித்தவராக, "சமயங்களில் ஒரு கிலோ இரண்டு - மூன்று ரூபாய் வரைகூட போகுதுங்க" என்கிறார் கங்காதர்.

இந்த விவசாயத்தில் பயிர் வைப்பது, மனித உழைப்பு, தண்ணீர் தவிர.... நாட்டுப் பசுக்களையும் காளைகளையும் வளர்ப்பதுதான் செலவு. நஷ்டம் என்பதே இல்லை!

"விவசாயி வாழ்க்கை சோகத்தில் கழிவதற்குக் காரணமே -

ஜீரோ பட்ஜெட்

அவன் பயிர் விளைந்து தன்னைக் காப்பாற்றும் என்ற நம்பிக்கையில் உரத்துக்கும் பூச்சிக்கொல்லிகளுக்கும் செய்கிற செலவுதான். பயிர் பொய்த்துப் போகிறபோதும், பூச்சிக்கொல்லிகளையும் மீறி பயிர் அழிந்து போகிறபோதும் விவசாயி மொத்தமாக உடைந்து போகிறான். வங்கிக் கடனும் விஷ வட்டிக் கடனுமாக அவன் வாங்கியதெல்லாம் மொத்தமாக போட்டு அழுத்தும்போது... மானத்துக்குப் பயந்து தற்கொலை செய்துகொள்கிற அவலம் ஆங்காங்கே நடக்கிறது. பாலேக்கர் ஐயா சொல்லிக் கொடுத்த விவசாயத்தில் கடன் தொல்லை என்ற பேச்சுக்கே இடமில்லை. கண்ணீருக்கும் இடமில்லை” என்று கங்காதர் சொன்னபோது, பச்சைப் பசேல் என்று விளைந்திருந்த கரும்பும் பப்பாளியும் ‘ஆம்’ என்று ஆமோதிப்பதுபோல் காற்றில் சந்தோஷமாகத் தலையாட்டின.

கங்காதரின் நண்பர் கும்பார் - இவரைவிடவும் ஒருபடி மேலே எறும்பாக சுறுசுறுப்பு காட்டுகிறார். இவர் 4 ஏக்கர் நிலத்தில் திராட்சை போட்டு உள்ளார். இவரும் மாட்டுச் சாணம், மாட்டுக் கோமியம் இவற்றைக் கொண்டு ஜீவாமிர்தம் தயாரித்து, தண்ணீருடன் கலந்து, திராட்சைத் தோட்டத்தில் பாய்ச்சுகிறார். திராட்சைத் தோட்டத்தைப் பார்த்தோம். பச்சை பந்தல் போல் படர்ந்து கிடக்கும் திராட்சை கொடியிலிருந்து கொத்துக் கொத்தாக காய்கள், பழங்கள். ஒரு பூச்சி இல்லை. புழு இல்லை. பழங்கள் அமுதம் போல் ருசிக்கிறது.

“ஏக்கருக்கு 12 முதல் 17 டன் திராட்சை கிடைக்கும். ரசாயன உரம் வைத்து விளைந்த திராட்சை கிலோ 10 ரூபாய் என்றால், எமது திராட்சைக்கு விலை ரூபாய் 20 வரை கிடைக்கும். பராமரிப்பு

திராட்சை தோட்டத்தில் கும்பார்

செலவு ஏக்கருக்கு வெறும் 5,000 ரூபாய் மட்டுமே. ஏக்கருக்கு 2 லட்ச ரூபாய்க்கும் குறையாமல் வருவாய் கிடைக்கிறது. கடன் தொல்லை இல்லை" என்று இவரும் மன நிறைவோடு கூறுகிறார்.

இப்படி இவர்கள் இயற்கையின் தூதராக போற்றும் சுபாஷ் பாலேக்கரை நேரில் சந்திக்க வேண்டாமா? அவரின் விவசாய முறையையும் பீஜாமிர்தம், ஜீவாமிர்தம் தயாரிக்கும் முறையையும் தொடர்ந்து அவர் வாயாலேயே சொல்லக் கேட்டு பிரமிப்போம்.

3

விஷமில்லாத திராட்சை

'**பை**சா செலவில்லாமல் அதிசய சாகுபடி' எனும் வித்தையைக் கையில் எடுத்து விவசாயிகளிடம் பரப்பிக் கொண்டிருப்பவர் சுபாஷ் பாலேக்கர். அவர் சொல்லித் தந்தபடி, கர்நாடக மாநிலம், பீஜாப்பூர் மாவட்டம், சிந்துகி பகுதியில் கங்காதர் மற்றும் கும்பார் ஆகியோர் விவசாயம் செய்துவருவதைப் பற்றி மேலும் பார்ப்போம்...

பச்சைப் போர்வை போத்தி வானம் பதவிசாக படுத்து உறங்குவதைப் போல படர்ந்து கிடக்கிறது கும்பாரின் 4 ஏக்கர் திராட்சைத் தோட்டம். அங்கிருக்கும் திராட்சைப் பந்தல்களைச் சுற்றி வந்தபோது... செடி, கொடி என்று எல்லாமும் செழுமையில் கூடி கும்மியடித்து கொண்டிருந்தன. அதைப் பார்த்த போது எமது இதயம் ஆனந்தக் கூத்தாட தொடங்கி விட்டது. மூட்டை மூட்டையாக ரசாயன உரங்களை கொட்டியும் முடங்கிப் போன விவசாயத்தை எழுப்பவே முடியாமல் 30 வருடங்களுக்கு முன்பு ஊரை (சேலம் மாவட்டம் சங்ககிரி) விட்டே ஓடிப் போனவனான என்னுடைய இருண்ட இதய நிலத்திலும் ஒரு சிறு பயிர் முளைவிட்டதென்றால் அந்த அதிசயத்தை... ஆனந்தத்தை எப்படி சொல்வது?

இதோ கும்பார் (அலைபேசி: 094488 - 46264) பேசுகிறார். "இயற்கை ஒரு பிரமாண்டம். அதில் இல்லாத சமாச்சாரங்களே இல்லை. காற்றில் 78.6 சதம் நைட்ரஜன் இருக்கிறது. அதனால்தான் காற்றை 'நைட்ரஜன் கடல்' என்று கூட கூறுகிறார்கள். பயிர்களுக்கு முக்கியமாக தேவைப்படுவது நைட்ரஜன். செலவில்லாமல், காற்றிலிருந்து பயிர்கள் தங்களுக்கு தேவையான நைட்ரஜனை

எடுத்து கொள்ளும்போது கடன் வாங்கி ரசாயன உரங்களை வாங்குவதேன்... கடன் கிடைக்கவில்லை என்றால் உரக்கடை முன்பு தலையைச் சொரிந்து கொண்டு எஜமான் நிற்பது ஏன்? பேராசைப் பிடித்த வெற்றுப் பசுமைப் புரட்சியாளர்கள் நம்மை மயக்கி அப்படி அடிமைப் படுத்திவிட்டார்கள். நல்லவேளை. கடவுள் போல் வந்து, பாலேக்கர் நம் அடிமை விலங்குகளை முறித்து எறிந்து வெளியே கொண்டு வந்து விட்டார்” என்று தன் குருவான பாலேக்கருக்கு மறக்காமல் நன்றி செலுத்திவிட்டு, திராட்சையைப் பற்றி விரிவாகவே பேச ஆரம்பித்தார்.

“விவசாயத்திலேயே அதிக மூலதன செலவு கொண்டது திராட்சைதான். ஏக்கருக்கு குறைந்தது ஒரு லட்சம் செலவு பிடிக்கும். ஒரு முறை செலவு செய்துவிட்டால், பிறகு 40 வருடங்களுக்கு பராமரிப்பு செலவுதான் செய்யவேண்டும்.

நான்கு வருடங்களுக்கு முன்பு வழக்கமான ரசாயன விவசாயியாகத்தான் நானும் இருந்தேன். 5 லட்சம் ரூபாய் செலவு செய்து 4 ஏக்கரில் திராட்சைத் தோட்டம் அமைத்தேன். உரம், உப்பு, யூரியா, பூச்சிக்கொல்லி, களைக்கொல்லி வருடா வருடம் ஒரு ஏக்கருக்கு ரூ. 40,000 முதல் 50,000 வரை செலவு செய்துதான் திராட்சையைக் காப்பாற்றி வளர்க்க முடிந்தது. ‘நன்றாக நடந்து

கொண்டிருக்கும் ஜவுளி வியாபாரத்தை கவனித்திருக்கலாம். அதை விட்டு திராட்சை விவசாயத்தில் இறங்கி தவறு செய்து விட்டோம். ஆழம் தெரியாமல் காலை விட்டு விட்டோம்' என்று சமயங்களில் கலங்கியதும் உண்டு.

இந்த இக்கட்டான நிலையில்தான் அந்த அதிசயம் நிகழ்ந்தது. குல்பர்க்கா நகரில் பாலேக்கர் பேசும் ஒரு கூட்டத்துக்கு நானும், நண்பர் கங்காதரும் சென்று வந்தைத்தான் சொல்கிறேன். அன்றைக்கு பயம் தெளிந்து, பாலேக்கர் வழியில், இயற்கைக்கு மாறிவிட்டோம். இப்போது கடன் இல்லை. கவலையில்லை. பராமரிப்பு செலவு ஏக்கருக்கு வெறும் 5,000 ரூபாய்தான். ஏக்கருக்கு 2 லட்சம் வரை வருவாய்கிடைக்கிறது.

கடந்த இரண்டு வருடங்களாக பாலேக்கர் தத்துவப்படி ஜீவாமிர்தம் மட்டுமே உரமாகவும், அக்னி அஸ்திரம், பிரம்மாஸ்திரம் போன்றவற்றை பூச்சி விரட்டி மருந்தாகவும் பீஜாமிர்தம் என்பதை விதை நேர்த்திக்கான விஷயமாகவும் பயன்படுத்தி வருகிறேன். பூச்சித் தொல்லையும் இல்லை. விளைச்சலுக்கும் குறைவு இல்லை. உடலையும், குடலையும் கெடுக்கும், ரசாயன பூச்சிக்கொல்லி, களைக்கொல்லி மருந்துகள் தெளிக்கப்படாததால், விலைக்கும், விற்பனைக்கும் கூட போராட்டம் இல்லை. ஏக்கருக்கு வருடம், 2 லட்ச ரூபாய் சர்வ சாதாரணமாக லாபம் வருகிறது" என்று வெகு

கும்பாரின் தோட்டத்தில் விளைந்துள்ள திராட்சை கொத்துகள்

தெம்பாக சொல்கிறார் கும்பார். (தன்னுடைய திராட்சைக்கான தேவை அதிகரித்திருப்பதால், மேலும் 4 ஏக்கருக்கு திராட்சைத் தோட்டத்தை விரிவுபடுத்தப் போகிறார் கும்பார் என்பது கூடுதல் செய்தி).

தொடர்ந்து பேசியவர், "பாலேக்கர் சொல்லிக் கொடுத்திருக்கும் 'ஜீவாமிர்தம்' என்பது பயிருக்கு அமுதத்தைப் போன்றது. சொட்டு நீர் பாசனம் வைத்திருப்பவர்கள் அதன் மூலமாகவே ஜீவாமிர்தத்தை பயிர்களுக்கு கொடுத்துவிடலாம். அந்த வசதி இல்லாதவர்கள் பூ வாளியில் தெளிக்கலாம். 200 லிட்டர் ஜீவாமிர்தம் ஒரு ஏக்கருக்கு ஒரு முறை செலுத்தப் போதுமானது. வசதியைப் பொறுத்து மாதத்துக்கு ஒரு முறையோ, இரண்டு முறையோ இந்த ஜீவாமிர்தத்தைக் கொடுக்கலாம்" என்று விளக்கிக் கொண்டே திராட்சை பந்தல்களுக்குள் அழைத்துப் போனார்.

பந்தலுக்குள் திராட்சைக் கொடிகள் முளைத்து நிற்கும் சால்களின் இடைவெளியில் கரும்பு தோகை, காய்ந்துபோன கொளஞ்சி, துவரை செத்தைகளைப் போட்டு அதன்மேல் லேசாக மண் தூவப்பட்டிருக்கிறது. இதை 'மல்சிங்' என்ற பெயரால் அழைக்கிறார்கள். அதன் மீது தக்காளி, அவரை, தட்டை என்று செடிகள் ஊடுபயிர்களாக முளைத்து நிற்கின்றன. அங்கே சொட்டு சொட்டாக நீர் விழுகிறது. அதை நாம் அதிசயமாக பார்த்துக் கொண்டிருக்க...

“அந்த நீர் மேற்கூறிய வஸ்துகளை ஈரமாக்கிய படியே திராட்சைக் கொடியின் வேர் பகுதிக்குச் செல்கிறது. அந்த வஸ்துகள் மக்கி, உரமாகவும், மண்புழு மற்றும் நுண்ணுயிரிகளின் வாழ்விடமாகவும் மாறிவிடுகிறது. இங்கே முளைத்திருக்கும் செடிகளும் போடப்பட்டிருக்கும் செத்தைகளும் திராட்சையின் பகைவர்கள் அல்ல. பந்துக்கள்! இயற்கையின் சூட்சுமமே இதில்தான் அடங்கி இருக்கிறது. இங்கே முளைத்திருக்கும் செடிகள், காற்று மண்டலத்தில் இருக்கும் நைட்ரஜனை பிரித்து எடுத்து, தான் பயன்படுத்தியது போக, மீதியை தங்கள் வேர் மண்டலத்தில் சேமித்து வைக்கின்றன. இந்த நைட்ரஜன்களே திராட்சைக்கு போதுமானது. திராட்சை கொடிகளின் வேர்கள் நைட்ரஜனை அப்படியே உண்ண முடியாது. பக்குவமாக சமைத்து பரிமாறும் வேலையைதான் கோடிக்கணக்கான நுண்ணுயிரிகள் செய்து தருகின்றன.

வீடு நிறைய அரிசி, பருப்பு, நெய், காய்கறி இருக்கிறது. அதை அப்படியே எடுத்து சாப்பிட முடியுமா? பக்குவமாக சமைத்து, பிரியமாக பரிமாற அன்பான, அழகிய மனைவி வேண்டுமல்லவா... அந்த வேலையைத்தான் நுண்ணுயிரிகள் செய்கின்றன. இந்த நுண்ணியிரிகளை உருவாக்கி காப்பாற்றும் தலையாய பணியைத்தான் ஜீவாமிர்தம் செய்து வருகிறது” என்று விளக்கமாக சொன்ன கும்பாரிடம்,

“அது சரி, திராட்சையைத் தாக்க வரும் புழு, பூச்சிகளை பற்றி ஒன்றுமே சொல்லவில்லையே?” என்று கேட்டோம்.

“வருகிறேன். முயல் வேட்டைக்கு போவதாக வைத்துக் கொள்வோம். முயலைத் துப்பாக்கியால் சுட்டுப் பிடிக்கலாம். கண்ணி வைத்து உயிருடனும் பிடிக்கலாம். ஊடுபயிர்களாக உள்ளே முளைத்துக் கிடக்கும் தட்டை, தக்காளி மற்றும் அவரை போன்றவை, திராட்சைத் தோட்டத்தை தேடி வரும் பூச்சிகளைப் பிடிக்கும் கண்ணியாகவும் பயன்படுகின்றன” என்று சொல்லி ஆச்சர்யத்தை அதிகப்படுத்தினார்.

வலை விரிக்கும் தட்டைப் பயறு!

4

சில தினங்களுக்கு முன் நானும் வட இந்திய விவசாயிகள் சங்கத் தலைவர் ஒருவரும் காலை 5 மணிக்கு சென்னை-சென்ட்ரல் ரயில் நிலையம் சென்றோம். அங்கே இருக்கும் சரவணபவன் ஓட்டல் முகப்பில் பயணிகள் காபிக்காக முட்டிக் கொள்வதைப் பார்த்தோம். நண்பர் முகத்தில் ஒரு பரவசம் பற்றிக்கொண்டது. 'காலைக் காபிக்கு இப்படி ஒரு மோதலா...?' விழிகளால் வினா எழுப்பினார்.

'வேடிக்கையாக இருக்கிறதே! அது என்ன, அப்படி ஒரு அதிசயக் காபி... நாமும்தான் குடித்துப் பார்ப்போமே' என்று இடிபாடுகளுக்குள் என்னையும் தள்ளிவிட்டார். கடும்போட்டியில் கவர்ந்து வந்த காபியைக் குடித்துவிட்டு, 'அச்சா... பகுத் அச்சா...' என்று சப்புக் கொட்டியவர், உடனே... இன்னுமொரு காபி என மறுபடியும் இடிபாடுகளுக்குள் புகுந்தார்!

அதிசய சாகுபடி செய்யும் விவசாயி கும்பார், 'கண்ணி' வைத்து புழு, பூச்சிகளைப் பிடிக்கக் கையாளும் தொழில் நுட்பமும் 'சரவணபவன்' காபியும் ஒன்றுதான் கவர்ந்திழுப்பதில்.

திராட்சைத் தோட்டத்துத் தட்டை செடிகளும் கொட்டைச் செடிகளும் 'சரவணபவன்' காபியைப் போல் வசீகர வாசனையை வீசி வலைவிரித்து புழு, பூச்சிகளை ஒரே அமுக்காக அமுக்கி விடுகின்றனவாம். புழு, பூச்சி இனங்களுக்கு, இந்தத் தட்டை, கொட்டைச் செடிகள்தான் 5 நட்சத்திர விடுதி உணவு.

"இதை, 'அறுசுவை உண்டி' என்றே சொல்லலாம்" என்று குஷாலாக சொல்கிறார்

| ஜீரோ பட்ஜெட் |

ஜீவாமிர்தம் தயாரிக்க கும்பாருக்கு உதவும் ஜீவன்கள்

கும்பார். கர்நாடகாவின் பீஜாப்பூர் மாவட்டத்திலிருக்கும் சிந்துகி எனும் சிறுநகரில் 'ஜீரோ பட்ஜெட்' என்ற முறையில் திராட்சை விவசாயத்தில் வெற்றிக் கொடி நாட்டிவரும் இந்த கும்பார் எடுத்துக் கொடுத்த விவசாய தொழில்நுட்பங்களை ஏற்கெனவே பார்த்தோம். பூச்சி விரட்டும் தொழில் நுட்பத்தை இப்போது சொல்கிறார்.

"தட்டை, கொட்டைச் செடிகளில் இருக்கும் ஊட்டச் சத்தை உண்ட இந்தப் புழு, பூச்சிகளால் சும்மா இருக்க முடியுமா? சுகமாக தன் இனத்தைப் பெருக்கித் தள்ளும். அத்தனைக்கும் அறுசுவை உண்டிக்கு எங்கே போவது? தோட்டம் பூராவும் செடிகளாக மாற்றினாலும் காணாது. ஆகவே, இந்தப் புழு, பூச்சிகளின் பெருக்கத்தை கருவறையிலேயே கல்லறை கட்டும் பணியை ஏற்கெனவே அங்கு கூடாரம் போட்டு குழுமியிருக்கும் எறும்பு எமன்கள் கச்சிதமாக செய்துவிடும்.

'எறும்புகள் எங்கிருந்து வந்தன?' ஜீவாமிர்தம் தயாரித்தபோது 2 கிலோ வெல்லம் (இனிப்பு) கலந்தது உங்களுக்கு நினைவு இருக்குமே.

விகடன் பிரசுரம்

கும்பாரின் திராட்சைத் தோட்டம்

இந்த எறும்புக் கூட்டங்களை அங்கு இழுப்பதற்குத்தான், அந்த இனிப்புப் படையல்" என்று புன்முறுவல் பூக்கிறார் கும்பார்.

"கிட்டத்தட்ட 80 % புழு பூச்சிகளை இந்த எறும்புகள் கருவறையிலேயே காலி பண்ணி விடுகின்றன. மீறி கள்ளத்தனமாக திராட்சைத் தோட்டத்தை நோட்டமிடும் ஒன்று இரண்டு பூச்சிகளையும் 'அக்னி அஸ்திரம்' கொண்டு விரட்டி விடுவேன்" என்று சொல்லி தோட்டத்தை நோட்டமிடச் சொன்னார். மருந்துக்குக் கூட ஒரு பூச்சியையும் காணவில்லை.

"இந்த விவசாயத்தைப் பொறுத்தவரை 'பீஜாமிர்தம்', 'அக்னி அஸ்திரம்', 'பிரம்மாஸ்திரம்' என்பவை முக்கிய பங்கு வகிக்கின்றன. அவற்றின் தயாரிப்பு முறை பற்றியும் செயல்பாடுகள் பற்றியும் தெரிந்து கொண்டால்தான் ஜீரோ பட்ஜெட் விவசாயத்தை வெற்றிகரமாக செய்ய முடியும்.

விதை நேர்த்திக்கான விஷயம்தான் 'பீஜாமிர்தம்'. பீஜம் என்றால் விதை என்று அர்த்தம். நிலத்தில் விதைப்பதற்கு முன்பாக, வித்துக்களை இரண்டு மணி நேரம் இந்த பீஜாமிர்தக் கரைசலில்

| ஜீரோ பட்ஜெட் |

ஊறவைக்க வேண்டும். நாற்றாக இருந்தால், அதன் வேர்களை இந்தக் கரைசலில் இரண்டு மணி நேரம் நன்றாக நனைய விட்டு, பிறகு நடவு செய்ய வேண்டும். இப்படிச் செய்வதால் பயிர்களைத் தாக்கும் வேர் அழுகல், வேர்க் கரையான், வேர்ப்புழு, நோய்கள் தடுக்கப்படுகின்றன.

பைசா செலவு இல்லாமல் இயற்கையின் மூலிகை சாறுகளைக் கொண்டே நிறைவான விவசாயத்தை வெற்றிகரமாக செய்ய முடியும்போது, மண்ணையும் விண்ணையும் கெடுக்கும் ரசாயன விவசாயம் எதற்கு? இந்தக் கொடுமையிலிருந்து எல்லாம் விடிவு பிறக்க வேண்டுமானால் நம் கண் முன் இப்போது கடவுளாகத் தோன்றுவது சுபாஷ் பாலேக்கர்தான். அவர் கண்டுபிடித்த இயற்கை வழி விவசாயமே நாங்கள் நடக்கும் பாதை" என்று மெய்சிலிர்க்கக் கூறி எங்களை வழி அனுப்பி வைத்தார் கும்பார்.

சரி, இந்த ஜீரோ பட்ஜெட் விவசாயம் வறண்ட பூமிக்கு மட்டும்தானா... செழிப்பான பூமிக்கு இல்லையா?

ஏன் இல்லை... காவிரியின் முதல் மடையான மைசூர் விவசாயிகள்... பாக்கு, தேக்கு, தென்னை, மா, வாழை, கரும்பு, நெல், என ஏற்கெனவே வெற்றிக் கொடி நாட்டிக் கொண்டுள்ளனர்.

செலவில்லாமல் விளையுது வாழை!

5

'இவரையெல்லாம் தெருக்கோடியில் இருக்கும் விளக்குக் கம்பத்தில் தூக்கிலிட வேண்டும். ஆனால், சட்டத்தில் இடம் இல்லையே..' என்று ஆதங்கப்பட்டுக் கொண்டார் உச்ச நீதிமன்ற நீதிபதி ஒருவர். மாட்டுத் தீவனத்தில் கைவைத்து மலை போல் ஊழல் செய்தவர்களில் சிக்கிய ஒரு ஐ.ஏ.எஸ். அதிகாரியைக் கண்டு கொதித்துப் போய்தான் இப்படி சொன்னார் அந்த நீதிபதி.

மாட்டுத் தீவனத்தில் கை வைத்தவனுக்கே இந்த கதி என்றால், மனுஷத் தீவனத்தில் கை வைப்பவனை எத்தனை முறை தூக்கில் போடுவது?

கொஞ்சம் நிதானமாகச் சிந்தித்துப் பாருங்கள்...

அன்று... விளைச்சலைப் பெருக்க ரசாயன உப்பு யூரியாக்களைக் கூட்டச் சொன்னார்கள். மண் மரணம் அடைந்து விட்டது. இன்று.... உப்பு யூரியாக்களை குறையுங்கள் என்கிறார்கள்.

அன்று... புழு, பூச்சிகளை அழிக்க, களைக்கொல்லி, பூச்சிக்கொல்லி அடியுங்கள் என்றார்கள் இன்று.. சுற்றுச்சூழல் மாசுபடுகிறது, தண்ணீர் கெட்டுப்போகிறது பூச்சிக்கொல்லிகளை குறையுங்கள் என்கிறார்கள்.

ஆனால், 'படிப்பறிவை விட, பட்டறிவே சிறந்தது' என கர்நாடக மாநிலம் மைசூர்-மாண்டியா விவசாயிகள் இன்று சாதித்துக் காட்டிக்கொண்டு இருக்கின்றனர்.

பஞ்ச பூதங்கள் எத்தனையோ மர்மமுடிச்சுகளை தன்னகத்தே பதுக்கி வைத்துள்ளது. அதில் ஒன்றுதான் மகாராஷ்டிராவின் சுபாஷ் பாலேக்கர் கூறும் '0' பட்ஜெட்... இயற்கை விவசாயம்.

| ஜீரோ பட்ஜெட் |

மடத்தில் ஐநூறுக்கும் மேற்பட்ட எருமை மாடுகள் நம் கவனத்தை சிதறடித்தன. 'வியப்பு மேலிட எல்லாமே ஜீவாமிர்தம் தயாரிக்கவா?' என்று மடாதிபதி ஸ்ரீ ஸ்ரீ சரத்நாத ஸ்வாமியிடம் கேட்டேன்.

"இல்லை... எல்லாமே.. லாரிகளில் அடிமாட்டுக்கு எடுத்துச் செல்லப்பட்டவை. பஜ்ரங்தள் அமைப்பினர், தடுத்துப் பிடித்து வந்து இங்கு விட்டுச் சென்று உள்ளனர். ஏதோ எங்களால் முடிந்த அளவுக்கு அவற்றுக்கு உணவு கொடுக்கிறோம். சாவைத் தடுக்க முடியவில்லை... தள்ளிப்போட்டு இருக்கிறோம்" என்று வாஞ்சையோடு சொன்னவர், நம்மை ஆசீர்வதித்து அனுப்பினார்.

மாண்டியாவுக்கு போகுமுன் ஒரு சிறிய பிரேக்...

காவிரி நடுவர் மன்றத் தீர்ப்புக்குப் பிறகு பற்றிய 'தீ', கர்நாடகத்தில் நீறுபூத்த நெருப்பாகவே இன்றும் கனன்று கொண்டு இருக்கிறது. தமிழக முன்னாள் முதல்வர் ஜெயலலிதா, காவிரி பிரச்னைக்காக சென்னையில் உண்ணாவிரதம் உட்கார... அடங்கிக் கிடந்த போராட்ட நெருப்பு, மறுபடியும் கர்நாடகாவில் கொஞ்சம் ஊதிவிடப்பட்டது. பச்சைத் துண்டு நண்பர்கள் சிவப்புக் கொடி காட்டிவிட்டனர். அதனால், அந்த சூழ்நிலை சரியாகும் வரை மைசூர்-மாண்டியா பகுதிக்குள் நாம் செல்ல முடியாமல் ஆனது. சில நாட்களுக்கு பிறகு நிலைமை சகஜமாகிவிட்டதால் தைரியமாக உள்ளே நுழைந்தோம்...

மாண்டியாவிலிருந்து 7 கி.மீ தொலைவில் இருக்கிறது ஸ்ரீ ஆதி சுஞ்சனகிரி மடம். காவிரியின் முதல் மடைப்பகுதி என்பதால் பூமி... எங்கும் பசுமை போர்த்திக் கிடக்கிறது. பசுமைக்கு சூத்திரதாரி தோட்டக்கார ராமண்ணா. இவர்தான் அந்த மடத்து தோட்டத்துக்கு பொறுப்பாளர் (அலைபேசி: 099456 - 44109).

"வாங்க... வாங்க... என்ன சாப்பிடுறீங்க" என்று பொங்கு தமிழில் வரவேற்று அன்பினால் அசரடித்தார். வெயிலுக்கு இதமாக மோர் கொடுத்து, குளிர வைத்து தோட்டத்துக்குக் கூட்டிச் சென்றார். இனி 'தோட்டக்கார ராமண்ணா' சொல்வதைக் கேட்போம்.

"இந்த மடத்துக்குச் சொந்தமாக பள்ளிக்கூடம் இருக்கிறது. முதல் வகுப்பிலிருந்து ப்ளஸ் டூ வரை இங்கு 3,000 குழந்தைகள் படிக்கிறார்கள். மடத்துக்குச் சொந்தமான 300 ஏக்கர் நிலத்திலிருந்தே காய்கறி, உணவு தானியங்கள் உற்பத்தி செய்து கொள்கிறோம். இங்கே கால்நடை பண்ணை இருப்பதால் சுத்தமான பாலும் கிடைத்துவிடுகிறது.

சுமார் இரண்டு ஏக்கரில் (1.95) வாழை பயிரிட்டதற்கான ஒரு வருட செலவு - வரவு கணக்கு (ரூபாய் மதிப்பில்).		
விவரம்	**செலவு**	**வரவு**
வாழைக்கன்றுகள் 900 X ரூ.1.50	1,350	
நடவுக்கூலி	2,000	
மத்திமவதி பயிர்கள் நடவு மற்றும் அறுவடை செலவு	25,000	
900 வாழைக் குலைகள் எடை கிலோ 13,500. கிலோ ரூ 12 வீதம்		1,62,000
ஊடுபயிர்கள்		1,10,000
மொத்தம்	28,350	2,72,000
நிகர லாபம்		2,43,650

ரசாயன உரம், பூச்சிக்கொல்லி, களைக்கொல்லி என்றுதான் எங்கள் விவசாயமும் இருந்தது. இரண்டு வருடங்களுக்கு முன்பு, சுபாஷ் பாலேக்கர் எங்கள் மடத்துக்கு வந்தார். அருகில் இருக்கும் பண்ணூரரைச் சேர்ந்த கிருஷ்ணப்பா என்பவர்தான் அழைத்து வந்தார் (அடுத்து கிருஷ்ணப்பா தோட்டத்தையும் பார்க்கப் போகிறோம்). அன்றிலிருந்து பைசா செலவில்லாத '0 பட்ஜெட்' இயற்கை விவசாயத்துக்கு நாங்கள் மாறிவிட்டோம். இப்போது நிம்மதியாக இருக்கிறோம்.

வாழைத்தார்களுடன் ராமண்ணா

ஜீரோ பட்ஜெட்

ராமண்ணாவின் வாழைத்தோட்டம்

வெங்காயம், தக்காளி, வெந்தயம், பயிறு, உளுந்து போன்ற அல்பவதி (3 மாதம்) பயிர்களையும்... சுரை, அவரை, மிளகாய், பூசணி, துவரை போன்ற மத்திமவதி (ஆறு மாதம்) பயிர்களையும்... கரும்பு, வாழை என 'தீர்க்கவதி' (ஒரு வருடத்துக்கு மேல்) பயிர்களையும் இங்கே பயிரிட்டு வருகிறோம். நன்றாக பலன் கிடைக்கிறது. உப்பு உரம், பூச்சிக்கொல்லி மருந்து என்று எந்தச் செலவும் இல்லை. ஆனால், விளைச்சல் கூடுதலாகவே கிடைக்கிறது. செய்யும் ஒரே செலவு ஜீவாமிர்தம் மட்டுமே" என்று மகிழ்ச்சி பொங்கச் சொல்கிறார்.

"இங்கே பெங்களூர் ரஸ்தாளிதான் பயிரிட்டுள்ளோம். மாதத்துக்கு ஒரு முறைதான் நீர் விடுகிறோம். அதுவும் இரண்டு வரிசை வாழைகளுக்கு நடுவே இருக்கும் 10 அடி அகல இடைவெளியின் மையப்பகுதியில், இரண்டடி அகலமுள்ள சிறுவாய்க்காலில் மட்டுமே நீர் விடுகிறோம். பயிர்களைப் பாருங்கள் எங்காவது வாட்டம் தெரிகிறதா?" என்றபடியே வாழையையும், கரும்பையும் குழந்தையைக் கொஞ் சுவது போல தடவி கொடுக்கிறார். விவசாய விஞ்ஞானிகள் இந்த விந்தையை நேரில் பார்த்துவிட்டு பதில் சொல்லவேண்டும்.

விகடன் பிரசுரம்

தயாராகிறது ஜீவாமிர்தக் கரைசல்

"வாழை மீது வெயில் நன்றாகப் படும்படிப் பார்த்துக் கொள்ளவேண்டும். வாழை நடவு செய்யும்போது, ஒரு யானை ஓடி ஆடி விளையாடும் அளவுக்கு இடைவெளி இருக்க வேண்டும். அதாவது, 10 அடி இடைவெளி கொடுத்து வரிசையாக வாழையை நடவு செய்யவேண்டும். அந்த வரிசையில் இரு வாழைகளுக்கு நடுவே 8 அடி இடைவெளி இருக்கவேண்டும்.

ஒரு வரிசைக்கும் அடுத்த வரிசைக்கும் இடையில் ஒரு அங்குல நிலம் கூட வெறுமனே காலியாக இருக்கக்கூடாது. வெங்காயம், தட்டை, கடலை, மிளகாய், பூசணி, அவரை, துவரை, கொள்ளு, முருங்கை, கீரை என ஊடுபயிர்களை நெருக்கமாக விதைக்க வேண்டும். இந்த ஊடுபயிர்கள் எல்லாம் மூன்று மாதத்தில் பலன் கொடுக்க ஆரம்பிக்கும். அதன் அறுவடை முழுமையாக முடிந்த பிறகு, காய்ந்து போன அந்தச் செடி, கொடிகளை அங்கேயே மக்கச் செய்யவேண்டும். அவை மண்புழுக்களும், நுண்ணுயிரிகளுக்கும் உணவாக மாறுவதுடன், பூமியின் ஈரப்பதத்தை சூரிய ஒளியிடமிருந்து

ஜீரோ பட்ஜெட்

மாட்டுத்தொழுவம்

காப்பாற்றவும் செய்கின்றன. நுண்ணுயிர்களும், மண்புழுக்களும் 24 மணி நேரமும், மனைவியைப் போல வாழைக்கு உணவு சமைத்து கொடுத்துக் கொண்டே இருக்கின்றன. வாழையும் தனிக்காட்டு ராஜாவாக... வளர்ந்து குலையோடு குனிகிறது" என்று குதூகலமாக ராமண்ணா சொல்லச் சொல்ல... என் இதயப்பரப்பெங்கும் இளையராஜாவின் இன்னிசைக் கச்சேரி மழை பொழிந்த ஆனந்த அனுபவம்!

"ஜீவாமிர்தம் (இதைத் தயாரிக்கும் முறைப்பற்றி முன்பே கூறியுள்ளோம்) கலக்கும்போது மட்டும் கொஞ்சம் கூடுதல் கவனம் செலுத்த வேண்டும்" என்பது ராமண்ணாவின் எச்சரிக்கை.

"எந்த நிலத்துக்கு ஜீவாமிர்தம் கொடுக்கப் போகிறோமோ, அதே நிலத்திலிருந்து ஜீவனுள்ள மண் எடுத்து, ஜீவாமிர்தக் கரைசலில் கலக்க வேண்டும். வேற்று மண் கலந்தால், அந்த மண்ணில் இருக்கும் நுண்ணுயிரிகள், ஜீவாமிர்தம் பாய்ச்சப்படும் மண்ணில் ஏற்கெனவே இருக்கும் நுண்ணியிரிகளுடன் இணைந்து போகாவிட்டால் தேவையில்லாத பிரச்னைகள் வரும்" என்று தன் அனுபவத்தை எடுத்து வைத்தார்.

ஊடுபயிர் தக்காளி

மேலும், திரவ ஜீவாமிர்தத்தோடு கன ஜீவாமிர்தமும் கொடுப்பதாகவும் கூறுகிறார். "மாட்டுச் சாணம் அதிகமாக உள்ளதால், அந்தச் சாணத்தை நிழலில் உலர்த்தி எடுத்து வைத்துக்கொள்கிறோம். தேவைப்படும்போது அதைத் துகள்களாக்கி கொஞ்சம் திரவ ஜீவாமிர்தக் கரைசலைத் தெளித்து பயிர்களுக்குக் கொடுப்பதால் கூடுதலான ஊட்டச்சத்து கிடைத்து விடுகிறது. ஜீவாமிர்தம் தயாரிக்க நல்ல நாட்டு மாடு வேண்டும். நல்ல நாட்டு மாடு என்று எப்படிக் கண்டுப்பிடிப்பது? திமிழ் நன்கு உயரமாக இருக்க வேண்டும். சீமைப்பசு மாட்டுச் சாணமெல்லாம் உபயோகப்படுத்துவதில்லை" என்று விளக்கம் அளித்த கையோடு, வாழை மகசூல் கணக்கையும் கொடுத்து அசத்தினார் ராமண்ணா.

வாழை மட்டுமல்ல... இன்னும் என்னென்னவோ!

நீரில்லாமல் நெல்!

6

'பைசா செலவில்லாத விவசாயம்' கர்நாடக மாநிலம், மாண்டியாவிலிருக்கும் ஆதிசுஞ்சனகிரி மடத்தில் சக்கைப் போடு போடுவதை பார்த்தோம். வாழை விவசாயத்தில் அவர்கள் படைத்துக் கொண்டிருக்கும் சாதனையைப் பார்த்து அசந்துபோன நாம், அங்கே அவர்கள் வைத்திருக்கும் ஒரு பதிவு ஏட்டைப் பார்த்து இன்னும் அசந்து போனோம்.

"பார்த்ததை... பார்த்ததில் பிடித்ததை, கற்றதை... கற்றதில் தங்களைக் கவர்ந்ததை பதிவு செய்துவிட்டுப் போகிறார்கள் இங்கே வந்து செல்லும் விவசாயிகள். நீங்களும் பதிவு செய்யுங்கள்" என்றார் மடத்தின் நிலங்களை மேற்பார்வை செய்து வரும் 'தோட்டத்து' ராமண்ணா.

பதிவு ஏட்டை ஒரு புரட்டு, புரட்டிப் பார்த்தேன். எல்லா மொழிகளிலும் ஏதேதோ எழுதி இருந்தார்கள். வேறென்ன... எல்லாமே பாராட்டு மழையாகத்தானே இருக்கமுடியும்! ஆனால், அத்தனைப் பக்கத்தைப் புரட்டியும் தமிழ் மட்டும் தட்டுப்படவில்லை.

'பூமியைக் கற்பழிக்காமல், புதுமையைப் பெற்றெடுத்து இருக்கிறார்கள். இனிய இந்த முயற்சிக்கு எங்கள் தமிழ் மக்கள் சார்பாக நன்றி' என எழுதி கையெழுத்திட்டு விட்டு நன்றி கூறி நகர்ந்த நாம், மறுநாள், பண்ணூர் கிருஷ்ணப்பாவின் தோட்டத்தில் போய் நின்றோம்.

இதுவும் காவிரியின் முதல் மடையான மைசூர்-மாண்டியா பகுதியில்தான். பூமி எங்கும் பசுமை பூத்துக் குலுங்குகிறது. பண்ணூரில் தன் தோட்டத்து வாசலிலேயே நமக்காகக் காத்திருந்தார் கிருஷ்ணப்பா (அலைபேசி: 098805 - 87545). அவரை நேரில்

ஜீவாமிர்தக் கரைசலுடன் கிருஷ்ணப்பா...

பார்த்த பிறகுதான் தெரிந்தது... அவர் நமது பழைய பச்சைத் துண்டு நண்பர்.

முக்கிய சாலையிலிருந்து கிருஷ்ணப்பாவின் வயல் 2 கி.மீ. தூரம் உள்வாங்கிக் கிடக்கிறது. வண்டித்தடமோ, நடைபாதையோ இல்லை. வயல் வரப்புகளின் மேல், கம்பிகள் மேல் நடப்பது போல் நடக்கவேண்டும். ஆப்பிரிக்க நாட்டு அழகிகளின் கூந்தலைப் போல, கண்ணி வாய்க்கால்கள், பின்னிப் பிணைந்து கிடக்கின்றன. எங்கும் பசுமை கவித்த வயல்வெளி, ஆங்காங்கே திட்டுத்திட்டாக, தனித்தனித் தீவுக் கூட்டங்களாக.. வாழை, தென்னை, பாக்கு, கரும்பு வயல்கள்... எங்கெங்கும் தண்ணீர் ஊடாடிக் கிடக்கிறது. அவற்றுக்கு நடுவே இரண்டே இரண்டு ஏக்கரில் தண்ணீரே இல்லாமல் நெல் பயிர்கள் நிமிர்ந்து நிற்கின்றன. ஆங்காங்கே

இனிமே '0' பட்ஜெட்தான்!

சென்னப்ப கவுடா

கிருஷ்ணப்பாவின் பக்கத்து வயல்காரர் சென்னப்ப கவுடா. கிருஷ்ணப்பாவின் வயலை மாய்ந்து மாய்ந்து நமது புகைப்படக்காரர் படம் பிடித்துக் கொண்டு இருக்க... அதையே வெறித்துப் பார்த்தபடி நின்றிருந்தார்.

அவரிடம் பேச்சுக் கொடுத்தபோது, "கிருஷ்ணப்பாவோட வயலை பார்க்கப் பார்க்க பொறாமையா இருக்குது. நாங்க காலையில எழுந்திரிச்சதும் மம்பட்டியை தோள்ல போட்டுக்கிட்டு தண்ணி பாய்ச்சறதுக்கு அலையறோம். ஆனா, அந்த மனுஷன் கொஞ்சம் கூட கவலையில்லாம தோள்ல துண்டப் போட்டுக்கிட்டு ஊரைச் சுத்திக்கிட்டிருக்கார். கடைசியில பார்த்தா எங்கள விட நல்லாவே லாபம் பாக்கறார்.

சென்னப்ப கவுடா ஒரு ஏக்கரில் சோனா மசூரி (சூப்பர் பொன்னிக்கு இணையானது) பயிரிட்டதற்கான செலவு-வரவு பட்டியல், ரூபாய் மதிப்பில்.		
விவரம்	**செலவு**	**வரவு**
நாற்றங்கால் செலவு (நாற்றங்கால் 16 சென்ட், 40 கிலோ விதை நெல், அடியுரம் (டி.ஏ.பி.), யூரியா, பூச்சி மருந்து, நாற்றுப் பறிப்பு உள்ளிட்டவை)	2,400	
நடவுச்செலவு (வயல் தயாரிப்பு, எரு அடித்தல், உழவு, நடவு, மேடுபள்ளம் நிரவுதல், கோரை அழிப்பு, அடியுரம், மேலுரம், பூச்சி மருந்து, களை எடுப்பு உள்ளிட்டவை)	4,795	
அறுவடை செலவு (கதிர் அறுக்கு இயந்திரம், வைக்கோல் திரட்டுதல், வண்டி சத்தம் உள்ளிட்டவை)	2,120	
வரவு (1,800 கிலோ முதல் 3,000 கிலோ வரை கிடைக்கும். இங்கே குறைந்தபட்சம் கொடுக்கப்பட்டுள்ளது)		12,000
மொத்தம்	9,315	12,000
செலவு போக மிச்சம்		2,685

கிருஷ்ணப்பா சொல்லும் கணக்கு கீழே வருகிறது. நீங்களே கூட்டிக்கழித்து பார்த்துக்கொள்ளுங்கள்.		
விவரம்	**செலவு**	**வரவு**
நாற்றங்கால் செலவு (நாற்றங்கால் 1 சென்ட், விதை 3 கிலோ, தொழு உரம் 3 கூடை)	350	
நடவு செலவு (பறிப்பு, நடவு, ஜீவாமிர்தம் மற்றும் பூச்சி விரட்டிகளான அக்னி அஸ்திரம் உள்ளிட்டவை)	1,500	
அறுவடை செலவு (விளைச்சல் அதிகம் என்பதால் 10% அளவுக்கு கூடுதலாகும்)	2,320	
வரவு (கட்டாயமாக 3000 கிலோ வரும் என்கிறார்)		19,980
மொத்தம்	4,170	19,980
செலவு போக வரவு		15,810

நாங்கள்லாம் அந்த மனுஷன் பண்ற மாதிரி விவசாயம் பண்ணாம போயிட்டமேனு இப்ப வேதனைப்படறோம். அடுத்த வருஷத்துல இருந்து நாங்களும் ஜீரோ பட்ஜெட் விவசாயம்தான். அதுல எந்த மாத்தமும் இல்லை” என்று சொன்ன சென்னப்பா, வழக்கமாக ரசாயன உரம், பூச்சி மருந்துகளோடு தான் செய்துவரும் விவசாய முறையில் ஆகும் வரவு செலவுக் கணக்கைப் பட்டியலிட்டார்.

“மிச்சமாக கிடைக்கும் பணம், மேற்பார்வை கூலிக்கே போதாது. அதிலும் புகையான் தாக்குதல் ஏதுமில்லாமல் தப்பித்தால்தான். இல்லையென்றால் முதலுக்கே மோசம்தான். வெறும் வைக்கோலுக்காகத்தான் பாடுபடவேண்டியிருக்கிறது. அதிர்ஷ்டம் இருந்து அதிகபட்ச அளவு விளைந்தால் ஏக்கருக்கு 6 ஆயிரம் 7 ஆயிரம் கிடைக்கும். இது கனவுதான்” என்று நொந்து கொண்டார் சென்னப்ப கவுடா.

வரப்பில் பெரிய பெரிய சிமென்ட் தொட்டிகள். அவற்றில் சுடச்சுட ஜீவாமிர்தக் கரைசல்!

இனி கிருஷ்ணப்பா சொல்வதைக் கேட்போம்...

"நடவுக்கு போகும் முன்பு ஓரளவுக்கு வயலை குழப்பினால் போதும். ஒரேயடியாகப் போட்டுக் குழப்பிக் கொண்டிருக்கத் தேவையில்லை. ஒற்றை நாற்று நடவு முறையே சிறந்தது (எஸ்.ஆர்.ஐ. எனப்படும் இந்த நடவுமுறையை தற்போது தமிழக அரசும் கையில் எடுத்திருக்கிறது. இதைப்பற்றி ஏப்ரல் 25-ம் தேதியிட்ட பசுமை விகடன் இதழில் 'ஒற்றை நாற்றுப் புரட்சி' என்ற தலைப்பில் கட்டுரை வெளியாகியிருக்கிறது). இப்படி நடவு செய்யும்போது ஒவ்வொரு நெல் நாற்றும் 40, 50 என தூர் கட்டும். நடவுக்கு முன்பு, ஒருமுறை நிலத்தில் ஜீவாமிர்த கரைசலை ஊற்றிக் கலக்கிவிட வேண்டும். தப்பி தவறிக்கூட ரசாயன உரத்தையோ, உப்பையோ போட்டு விடக்கூடாது. அப்படிப் போட்டால் பூமியில் பாடுபட்டு காப்பாற்றி வைத்துள்ள நுண்ணுயிரிகள் எல்லாம் செத்துவிடும்.

நடவு போட்ட பிறகு, தண்ணீர் என்பதை மறந்து விடலாம். நீங்கள் பார்த்துக் கொண்டு இருக்கும் இந்த வயலில் நடவு போட்டு 28 நாட்கள் ஆகின்றன. இன்னும் நீர் விடவில்லை. எப்படி பசுமை கட்டி இருக்கிறது பாருங்கள். எங்காவது ஒரு பயிர் வாடி நிற்பதைக் காட்டுங்கள் பார்க்கலாம். இன்னும் இரண்டொரு நாளில் நீர் கொடுக்க வேண்டும். அத்துடன் ஜீவாமிர்தம் கலந்து கொடுத்துவிட்டால் போதும். மேலும் ஒரு மாதத்துக்கு இந்தப் பக்கமே தலை வைத்துப் படுக்கமாட்டேன்" என்கிறார் கிருஷ்ணப்பா.

அடர்பச்சை நிறத்தில், காற்றில் தலை அசைத்து ஆமாம் போட்டு கொண்டு இருந்தன அவர் தோட்டத்து நெற்பயிர்கள்.

அருகில் வழக்கமான ரசாயன உப்பு யூரியா போட்ட வயல்களையும் காண்பித்த கிருஷ்ணப்பா, "இதைப் பாருங்கள் ஒருவருடைய வயல் பசுமையாக உள்ளது. அதைப் பாருங்கள் இன்னொருவருடைய வயல்... வெளிறிக்கொண்டு இருக்கிறது. ஏன் தெரியுதுங்களா?

பசுமையாக கிடக்கும் வயலில் யூரியா போட்டு ஒரு வாரம்தான் ஆகிறது. ஆனால், வெளிறிக்கிடக்கும் வயலில் யூரியா போட்டு ஒரு மாதம் ஆகிவிட்டது. ஆக, பசுமையைப் பாதுகாக்க தொடர்ந்து யூரியாவைக் கொட்டிக் கொண்டே இருக்க வேண்டும். அதைக் கொட்டக் கொட்ட, கெட்டக்கெட்ட நோய்களும் கூட்டணி போட்டுக் கொண்டு தாக்கும். அதனால்தான் ஆங்காங்கே பயிர்கள் சிவப்பு நிறத்தில் மாற்றமடைந்து வருகின்றன. பூச்சித் தாக்குதலிலிருந்து நெல் பயிர்களைக் காப்பாற்ற பூச்சி மருந்துகள் தெளிக்க வேண்டும்.

விகடன் பிரசுரம்

ஊடுபயிர்கள்

ரசாயன விவசாயத்தில் விதைத்தது முதல், அறுவடை வரை செலவு... செலவு... செலவுதான்! ஆனால், பாலேக்கர் விவசாயத்தில் ஒரு பசுமாடு போதும். உரம், பூச்சி மருந்து எதுவும் தேவையில்லை. பூச்சித் தொல்லை என்பதும் இல்லை. ஏக்கருக்கு 30 குவிண்டாலுக்கு குறையாமல் நெல் விலைகிறது. இதைவிட வேறென்ன வேண்டும்?" என்று கேள்வி எழுப்பியவர்,

"இயற்கையின் இன்னொரு சூட்சுமத்தையும் புரிந்து கொள்ளுங்கள். அப்பொழுதுதான் பாலேக்கர் தத்துவம் எளிதில் விளங்கும்" என்று கல்லூரி பேராசிரியர் அளவுக்கு பாடம் நடத்தத் தொடங்கிவிட்டார்.

"உப்புத் தின்னவன் தண்ணி குடிக்கணும். உப்பு, தண்ணீரை உறிஞ்சி எடுக்கும் ஆற்றல் மிக்கது. அதனால்தான் மீன்களை கருவாடாக்க.... உப்பு கண்டம் போட... ஏன் இறந்தவர்களை புதைக்கும் போது கூட உப்பு கொட்டுகிறார்கள். நீரை உறிஞ்சி எடுப்பதோடு... நுண்ணுயிர் கிருமிகளையும் உப்பு கொன்றுவிடுவதால் கருவாடு கெட்டுப் போகாமல் பாதுகாத்துக் கொள்கிறது. இதேபோலதான் பூமியின் மேல் உப்பு உரங்களைக் கொட்டினால் நீர் அதிகம் ஊற்ற வேண்டும். அப்போதுதான் பயிர்கள் உயிர் பிழைக்கும். நீர் குறைந்தால் பயிர்கள் கருகிவிடும். மேலும், இந்த ரசாயன உப்பு, பூமி மீது உள்ள உழவர்களின் நண்பர்களான நுண்ணுயிரிகளையும், கொன்று விடும் அபாயம் உள்ளது" என்று நின்று நீளமாகப் பேசி பெருமூச்சு விட்டார்.

"பாலேக்கர் தத்துவப்படி பயிர் செய்தால் 5-ல் ஒரு பங்கு நீர் இருந்தாலே போதும். தண்ணீருக்காக கர்நாடகமும், தமிழகமும் அடித்துக் கொள்ளும் அவலமும் கூட நீங்கும். இந்த வேலையை எல்லாம் அரசு செய்ய வேண்டும். ஆனால், அரசாங்கத்தை கையில்

வைத்திருக்கும் அரசியல்வாதிகளுக்கு அடித்துக் கொள்ளவே நேரம் போதவில்லை. அப்படியிருக்கும்போது ஏழை விவசாயிகளை யார் திரும்பிப் பார்ப்பார்கள். நாம் எவ்வளவுதான் கழுதையாகக் கத்தினாலும் மெதுவாகத்தான் மக்களைச் சென்றடைகிறது. இதையே அரசு கையில் எடுத்து செய்தால் இரண்டே வருடத்தில் கடனில்லா விவசாயிகளை உருவாக்க முடியும்" என்று ஆதங்கப்பட்டுக் கொண்ட கிருஷ்ணப்பா,

"கர்நாடகாவிலிருந்து மட்டுமல்ல... நாட்டின் பலப்பகுதிகளிலிருந்தும் லட்சத்துக்கும் அதிகமான விவசாயிகள் வந்து பார்த்துச் சென்றுள்ளனர். கூட்டம் அதிகமாகப் போனதால், ஞாயிற்றுகிழமைகளில் மட்டுமே வெளியாட்களை சந்திக்கிறேன். மற்ற நாட்களை தோட்டத்து வேலைகளுக்காக ஒதுக்கி வைத்துள்ளேன். இன்று இந்தப் பகுதியைச் சேர்ந்த விவசாயிகள் பரவலாக பாலேக்கர் விவசாயத்துக்கு மாறி வருகிறார்கள்.

காவிரி குடும்ப (காவிரி பிரச்னை பற்றி பேச தமிழக மற்றும் கர்நாடக விவசாயிகள் கூட்டாக ஏற்படுத்தியிருக்கும் அமைப்பு) கலந்துரையாடல்களின்போது தமிழ்நாட்டு விவசாயிகள் இங்கே வந்து பார்த்துவிட்டு வியந்து போனார்கள்" என்றும் சொன்னார்.

பேசிக்கொண்டே போனதால் நேரம் போனதே தெரியவில்லை. வெயிலின் வீச்சு விபரீதமாக எகிறிக்கொண்டே போன நிலையில் நாக்கு, நங்கூரம் போட்டுக் கொண்டது. வெயிலுக்கு குளிர்ச்சியாக நல்ல இளநீர் கொடுத்தார் கிருஷ்ணப்பா.

வாழை கலந்த கரும்பு தோட்டத்தை... இல்லை கரும்பு வனத்தை அடுத்து பார்ப்போம்.

7

கரும்புக்கும் வாழைக்கும் கல்யாணம்!

நாளுக்கு நாள் அதிகரிக்கும் சாகுபடிச் செலவு: முக்கியமானத் தருணத்தில் காலை வாரிவிடும் தண்ணீர் பற்றாக்குறை: கட்டுப்படியாகாத விலை.... இந்த மூன்றும்தான் விவசாயிகளை முடக்கிப் போடும் முக்கியமான பிரச்னைகள்.

இவற்றிலிருந்து விலக்கு கிடைத்துவிட்டால், முக்கியமான வில்லன்களிடம் இருந்து விவசாயிகள் தப்பிய மாதிரிதான்.

இன்றைய தேதியில் கட்டுப்படியான விலை இல்லை. ஆனால், சாகுபடிச் செலவு மற்றும் தண்ணீர் பற்றாக்குறைக்கு பக்காவான தீர்வைச் சொல்வதன் மூலம் கிட்டத்தட்ட கட்டுப்படியான விலையையும் கொண்டு வந்து சேர்க்கிறது மகாராஷ்டிராவின் சுபாஷ் பாலேக்கர் வழங்கும் ஜீரோ பட்ஜெட்.

கர்நாடக மாநிலத்தின் மாண்டியா பகுதியைச் சேர்ந்த பண்ணூர் கிராமத்தில் ஜீரோ பட்ஜெட் முறையில் கிருஷ்ணப்பா செய்திருக்கும் 'நீர் இல்லாத நெல்' விவசாயத்தைக் கடந்த அத்தியாயத்தில் பார்த்தோம்.

இந்த முறை, நீரில்லாமல் வாழையோடு கூட்டணி போட்டு வளர்ந்து கிடக்கும் கரும்பு வனத்தைப் பார்ப்போமா?

என்னது வனமா? என்று ஆச்சர்யப்படாதீர்கள். கரும்புத் தோட்டம் மாதிரியும் தெரியவில்லை: வாழைத் தோட்டம் மாதிரியும் தெரியவில்லை. செடி, கொடி புதருக்குள் கரும்பு: செடி கொடி புதருக்குள் வாழை: ஆங்காங்கே முருங்கை என்று பார்ப்பதற்கே பரவசமாக இருக்கிறது!

யூரியா இல்லை... உப்பு இல்லை... ரசாயன உரம் இல்லை. ஜீவாமிர்தம் மட்டுமே உரம்; ஊடுபயிர்களே மேல் உரமும் ஊக்கமும். வனத்தில் மரம், செடி, கொடிகளுக்கு யாராவது ரசாயன உரம், உப்பு போடுகிறார்களா, எப்படிச் செழிப்பாக பசுமை போர்த்தி இருக்கிறது. அதே போலத்தான் கிருஷ்ணப்பா தோட்டமும்!

இனி கிருஷ்ணப்பா பேசுவார்...

"நீங்கள் பார்த்துக் கொண்டிருப்பது இரண்டு கரும்புத் தூர்கள். இடதுபுறம் இருப்பது 24 மணி நேரமும் நீருக்கருகில் இருக்கும் தூர்... வலதுபுறம் இருப்பதோ மாதத்துக்கு ஒருமுறை மட்டுமே நீர் பாய்ச்சப்படும் தூர். எது நன்றாக இருக்கிறது? நீங்களே பார்த்துச் சொல்லுங்கள். நீர் குறைவாகப் பாய்ச்சப்படும் கரும்புத் தூரோ, மூங்கில் புதர்போல் மண்டிக் கிடக்கின்றது. 40, 50 கரும்புகள் எனக் கனமாகவும், திடகாத்திரமாகவும், செழுமையில் மிளிருகின்றது. மாறாக, தண்ணீருக்கு அருகில் இருக்கும் கரும்புத் தூரோ, சோளத்தட்டுப் போல சூம்பி கிடக்கின்றது. எனவே, 'விவசாயம் செய்ய கொஞ்சம் விவரம் வேண்டும்... நீர் மட்டுமே வேண்டும்...' என்று சுணங்கிவிடக் கூடாது" என்று சொல்லி நம்மை யோசிக்க வைத்து விட்டார் கிருஷ்ணப்பா.

உண்மையும் அப்படித்தான் இருக்கிறது. விவரம் தெரிந்த, சமூகப் பார்வை கொண்ட இளம் விவசாய விஞ்ஞானிகள், இந்த ஜீரோ படஜெட்டுக்குள் முடங்கிக் கிடக்கும் சூட்சுமத்தைக் கண்டுபிடித்து உலகுக்கு முறைப்படி அறிவித்தால்... தண்ணீரைத் தேடியே உழவன் தன் வாழ்வை பூமிக்குள் புதைப்பது நின்று போகும்.

மேலும், நீர் குறைவாக விடும்போதுதான்... ஈரத்தைத் தேடி வேர்கள்... பரவலாக விரிந்து கொண்டே செல்லும்... போகும் வழிகளில் கிடைக்கும் அனைத்து ஆகாரங்களையும் உறிஞ்சி எடுத்து, பயிர்களுக்குக் கொடுக்கும். ஏற்கெனவே நல்ல இடைவெளி விட்டு கரும்பும், வாழையும் பயிர் செய்து இருப்பதால், சூரிய ஒளி நன்றாகக் கிடைப்பதால், பயிர்கள் முழு வீச்சில் ஒளிச் சேர்க்கையில் ஈடுபட்டு... நல்ல திடகாத்திரத்துடன் வளர்கின்றன. நீர் குறைவாக உள்ள பகுதியில் உள்ளக் கரும்புத் தூர்கள் ஒவ்வொன்றும் மூங்கில் புற்று போல் பார்க்கவே... பரவசமாகிறது. நீருக்கு அருகில் இருக்கும் கரும்புகளோ, சோளத்தட்டு போல சூம்பிக் கிடப்பதற்கான சூட்சுமம் புரிந்தது.

"கரும்பு, வாழை இரண்டுக்கும் சேர்த்து, 8 அடி இடைவெளி விட்டு ஒரு சிறு வாய்க்காலில் நீர் கொடுக்கிறேன்.. அதுவும் மாதத்துக்கு ஒரு முறைதான்" என்று சொன்னார் கிருஷ்ணப்பா. ஆனால், பூமிப் பரப்பு முழுவதும் இழுத்துப் போர்த்திய பவானி ஜமுக்காளம் போல, கரும்புத் தோகையால் போர்த்தியுள்ளார்.

ஜீவனுள்ள மண்

பாம்பு இருக்கலாமோ எனப் பயந்தே அடிமேல் அடி வைத்தோம்.

ஊடுபயிராக வளர்ந்து கிடக்கும் முருங்கை... கொத்துக்கொத்தாகக் காய்த்து, கணம் தாங்க முடியாமல் தலை குனிந்து நிற்கின்றன. பூமியிலிருந்து முளைவிட்டு கரும்புத் தோகைக்கு மேல் படர்ந்துள்ள தக்காளி... சுரை, மிளகாய் என பூமியின் மீது மேலும் ஒரு பசும்பந்தல்... பார்க்கவே அழகாகவும்... வியப்பாகவும் இருந்தது.

"என்னதான் செழிப்பாக கரும்பு வளர்ந்திருந்தாலும், அங்கொன்றும், இங்கொன்றுமாகத்தானே இடைவெளிவிட்டு இருக்கின்றன. உற்பத்தி குறையாதா?" என்று நமது சந்தேகத்தை எடுத்து வைத்தோம்.

அருகில் அறுவடை முடிந்த ஒரு நிலத்தை கை நீட்டி, "இது ஒரு ஏக்கர் நிலம். இதிலிருந்து 47 டன் கரும்பு... 500 வாழைத்தார்களும் இறுதியாக அறுவடை செய்தேன். இடையிடையே தட்டை, வெங்காயம், மிளகாய், சுரைக்காய் தக்காளி... முருங்கை என ஊடுபயிர்கள் சளைக்காமல் பலன் கொடுத்துக் கொண்டே இருக்கின்றன. அதனால் கைச் செலவுக்குக் கவலையே இல்லை. கடன் கேட்டு கையேந்தி யாரிடமும் செல்வதும் இல்லை" -உறுதியான குரலில் பதில் வருகிறது கிருஷ்ணப்பாவிடமிருந்து.

தொடர்ந்தவர், "இத்தனைக்கும் நான் செய்யும் ஒரே செலவு, பயிர் செய்த செலவு, மாதம் ஒருமுறை ஜீவாமிர்தம் கலந்து நீர் பாய்ச்சுதல் மட்டுமே. இதை விட்டால், அறுவடைச் செலவு மட்டும்தான். வேறு எந்த வேலையும் இல்லை. களை எடுப்பு இல்லை... நீர் பாய்ச்சும் கவலை இல்லை. ஒரே கவலை கரும்புக்கு நல்ல விலை இல்லை என்பதுதான். அதுவும் எனது கரும்பு ஏற்கெனவே ஆலையில் பதிவு செய்யப்பட்டிருப்பதால்... அந்தக் கவலையும் இல்லை" எனக் 'கவலை இல்லாததற்காக' கவலைபட்டுக் கொண்டே சென்றவர், ஓரிடத்தில் மண்ணோடு... மக்கிக் கொண்டிருந்த கரும்புத் தோகைகளை நீக்கி மண்ணைத் தோண்டிக்காட்டினார். நீர் விட்டு ஒரு மாதம் ஆகியும், காயாமல் இருந்த ஈரப்பதம்... வாசனையைக் கிளப்பி மூக்கை துளைத்தது. 'அடடா' அந்த சுகந்தமான மண் வாசனை முகர்ந்து எத்தனை வருடங்கள் கழிந்துவிட்டன. மண்ணுக்கென்று தனியாக வாசனை இல்லை. அந்த மண்ணில் வாழும் நுண்ணுயிரிகளே வாசனையைக் கொடுக்கும் வஸ்துக்கள்... நாம் உப்பு, ரசாயன உரம் என்று போட்டு எல்லா நுண்ணுயிர்களையும் கொன்று விட்டோமே... அப்புறம் வாசனை எங்கு வரும்? அந்தச் செம்மண்... கரியநிறமாகி, கொத்துக்கொத்தாக மண் புழுக்கள் நெளிவதைப் பார்க்கப் பார்க்க... என் இதய ராஜாங்கத்தில், எல்லைகளையெல்லாம் கடந்து ஒரு இன்ப ஊற்று பெருகியது.

அதைப் புரிந்து கொண்டவராக பேசிய கிருஷ்ணப்பா,"எங்கெல்லாம் மனிதனின் சுவாசக் காற்றுப்பட்டதோ அங்கெல்லாம். இயற்கை கொலை செய்யப்பட்டு விட்டது. பசுமைக் காடுகளெல்லாம் பாலைவனங்களாகி விட்டன. கால்பட்ட இடமெல்லாம் கட்டாந்தரையாகி விட்டன. மனிதனின் பேராசைத் தீ... புல், பூண்டுகளையெல்லாம் கூட பொசுக்கி விட்டன.

இயற்கை தமது இருப்பிடத்தில் எத்தனை வளங்களைப் பதுக்கி வைத்திருக்கிறது. சில சுயநல விஷமிகள் தாங்கள் மட்டுமே வாழ்ந்தால்போதும்... என்று இயற்கையைக் கொன்று குவித்துவிட்டார்கள். மண்ணையே மரணமடையச் செய்து விட்டார்கள். இந்தக் கொடியவர்களை. ஈ.பி.கோ. 302-ல் வழக்கு போட்டு மரண தண்டனையல்லவா கொடுக்கவேண்டும்" என்று கொந்தளித்து தீர்த்தார்.

வயல் மட்டுமல்ல... அவரது வரப்புகள் கூட என்னை வசியம் செய்து மயக்கி விட்டன.

காய்த்துக் குலுங்கும் காட்டுச்சுண்டைச் செடிகள், ரத்தச் சிவப்பில் நாட்டுத் தக்காளிகள்... பார்க்கும்போதே புசிக்கத் தூண்டும் பழங்கள் நிறைந்த ஒரு நந்தவனத்துக்குள் நுழைந்ததுபோல நாக்கு நர்த்தனமாடத் துவங்கி விட்டது. அவசர அவசரமாக ஐந்தாறு நாட்டுத் தக்காளியை வாய்க்குள் தள்ளியப் பிறகே... நாக்கு

கொத்துக் கொத்தாய் முருங்கை

கட்டுப்பாட்டுக்குள் வந்தது என்றால்... இயற்கை அங்கு அள்ளித் தெளித்திருக்கும் பசுமை கோலத்தை விவரிக்க வார்த்தைகளே இல்லை.

மலையின் மடியில் தலைவைத்து உறங்கும் மலைப்பாம்பு கணக்காக... ஆங்காங்கே... படுத்துக்கிடக்கும் சுரைக்காய்கள்... இத்தனையும் ஒரு வயலில் என்றால்... 'என்ன வளம் இல்லை இந்தத் திருநாட்டில்... ஏன் கையை ஏந்த வேண்டும் அயல் நாட்டில்...'

| ஜீரோ பட்ஜெட் |

இயற்கை விவசாயத்தில் விளைந்த சுரைக்காயுடன் கிருஷ்ணப்பா

என்று கவிதை பாடியவனின் 'கால் தூசுக்கு' வணக்கம் செலுத்தினாலும்... அது குறைவே என்று தோன்றியது.

"தென்னையும் பாக்கும் இங்கு கூட்டணிப் போட்டு கும்மாளம் போடும் காட்சியைக் காணாமல் போகிறீர்களே?" என்று குறைபட்டுக் கொண்டார் கிருஷ்ணப்பா.

"எங்களுக்கோ யானைப் பசி... இதுவரை எடுத்துக் கொண்டதோ சோளப் பொரிதான்."

16 ஏக்கர் காடு... ஒரே ஒரு மாடு!

8

பெங்களூருவிலிருந்து ரயிலில் பயணம்... எதிர் சீட்டில் அமர்ந்திருந்த பெண் பரஸ்பர விசாரிப்புகளுக்குப் பின், ஆங்கில தினசரி ஒன்றை அவசரம் அவசரமாக படிக்க ஆரம்பித்தார். கையில் செய்தித்தாள்... காதில் அலைபேசி சகிதமாக, "எலக்ட்ரானிக் சிட்டியில் ஒரு பிளாட் இருக்கிறது... விலை ரூ.20 லட்சம். பண்ணாரி கட்டா ரோட்டில், ஒரு கிரவுண்ட் காலி மனை இருக்கிறது. விலை ஒரு கோடி" என்று பேசிக் கொண்டே வந்தார்.

நன்றாகப் படித்தப் பெண், ஐ.டி. கம்பெனியில் வேலை... மாதம் 50 ஆயிரம் சம்பளம். ஆனால், தான்... தனது குடும்பம்.. குழந்தைகள் என்ற அளவில் மட்டுமே சிந்தனையை குறுக்கி கொண்டவர் என்பதை அவருடைய பேச்சிலும் செயலிலும் நன்றாகவே உணரமுடிந்தது. 5 ரூபாய் கொடுத்து பேப்பர் வாங்கி, ஒரு 5 நிமிடம் கூட மற்ற பொதுச்செய்திகளை அவர் வாசிக்கவில்லை. 'சமுதாயம் எக்கேடு கெட்டுப்போனால் என்ன? என் குடும்பம் மட்டும் நன்றாக இருந்தால்போதும்' என்ற குறுகிய மனப்பான்மை எயிட்ஸ் நோயைவிட ஆபத்தானது என்பதை இவர்களுக்கு யார்தான் உணர்த்துவது.

பாக்கெட்களில் விற்கும் உணவு பண்டங்களில், விவசாய விதை வித்துகளில், காய்கறிகளில் எல்லாம் விஷம் சேர்ந்து கிடக்கிறது. அவற்றை விற்று கொள்ளையடிக்கின்றன பகாசுர நிறுவனங்கள். இப்படிப்பட்ட சமுதாயச் சீரழிவுகள் கண்டு கொதித்து எழாமல் குடும்பத்துக்குள் குறுக்கிக் கொள்வது சரியாகப்படவில்லை.

ஜீரோ பட்ஜெட்

"அதுசரி, 'ஜீரோ பட்ஜெட்' விவசாயத்துக்கும்... இப்போது நீங்கள் சொல்லிக்கொண்டிருக்கும் விஷயங்களுக்கும் என்ன சம்பந்தம்" என்கிறீர்களா...?

ஏராளமான சம்பந்தம் இருக்கிறது. இப்போது 'ஜீரோ பட்ஜெட்'டில் நாம் பார்க்கப்போவது கதாநாயகனை அல்ல... கதாநாயகியை! கர்நாடக மாநிலம், ஹாசன் மாவட்ட இயற்கை விவசாயிகள் சங்க அமைப்பாளராக இருக்கும் திருமதி பாரத்தி என்பவர்தான் அந்தக் கதாநாயகி (தொடர்புக்கு: 08172-228524).

ஆண்களே அழுதபடி செய்து கொண்டிருக்கும் விவசாயத்தை... ஒரு பெண், அதுவும் இளம் பெண் சவாலாக ஏற்று சாதித்துக்கொண்டிருக்கிறார். அவரின் முழுபணியையும் கேட்டு முடித்தபோது, கிட்டத்தட்ட பாரதி சொன்ன புதுமைப்பெண்ணாகவே நமக்கு காட்சியளித்தார் பாரத்தி.

ஹாசன் நகரிலிருந்து 15 கி.மீ. தொலைவில் அமைந்திருக்கும் ஏ.குடுஹனஹள்ளி என்ற கிராமத்தில்தான் இருக்கிறது பாரத்தியின் தோட்டம். காலை வேளையில் அங்கே நாம் நுழைந்தோம். பூத்து குலுங்கும் புன்னகைத் தோட்டமாக எங்களை வரவேற்று, வெள்ளாமைக் காட்டுக்குள் அழைத்துச் சென்றார் பாரத்தி. வெணிலா பீன்ஸ், காபி, கோக்கோ, தென்னை, பாக்கு என்று வளர்ந்து கிடக்கும் காடு அது. பசுமை சூழ்ந்த 16 ஏக்கர் நிலத்தில் விரவிக்கிடக்கும் அந்தக்காட்டை 70 வயது நிரம்பிய தன் மாமனார் அனுமே கவுடா மற்றும் இரு பணிப்பெண்களுடன் இணைந்து பராமரித்து வருகிறார் பாரத்தி.

அனுமே கவுடா, வேளாண் பட்டம் பெற்று, கர்நாடக அரசின் விவசாயத்துறை துணை இயக்குநராக பணியாற்றி ஓய்வுபெற்றவர். பாரத்தியின் கணவர், காலை 8 மணிக்கு ஹாசன் சென்றால் இரவு 8 மணிக்குத்தான் வீடு திரும்புவார். நகரத்தில் ஐஸ்க்ரீம் பார்லர் வைத்து இருக்கிறார்.

"ஏன், அவரும் உங்களோடு தோட்டத்தில் வேலைப் பார்க்கக் கூடாதா...?" என்று கேட்டால்,

"எங்களுக்கே வேலை இல்லை. அவர் வேறு எதற்கு?" வலி தெரியாமல் தாங்கள் பார்க்கும் விவசாயத்தை, வடிவான வார்த்தைகளில் சொன்னார் பாரத்தி. அவர்கள் வார்த்துக்கொண்டிருக்கும் விவசாயத்தை வார்த்தைகளில் வடிக்க முடியாது, பார்த்து உணரக்கூடிய மாபெரும் கடல் அது. நான் எவ்வளவுதான் எழுதினாலும், வார்த்தைகளில் வடிவம் கொடுத்தாலும் நேரில் பார்ப்பதற்கு எதுவுமே ஈடாகாது.

பேசிக்கொண்டே வரப்புகளில் நகர்ந்தார் பாரத்தி...

"விவசாயிகளின் மூச்சை நிறுத்துவது முட்டுவளிச் செலவு

பாரத்தி

எனப்படும் ஆரம்பகட்டச் செலவுகள்தான். நிலம் தயாரிப்பு, உரம், பூச்சி மருந்து என்று அதிகரிக்கும் முட்டுவளிச் செலவு என்பது 'ஜீரோ'வானால்... நஷ்டமும் இல்லை, கஷ்டமும் இல்லை. இந்தப் பணியைத்தான் ஜீரோ பட்ஜெட் சூத்திரம் செய்து கொண்டிருக்கிறது.

ஜீரோ பட்ஜெட் முறைப்படியான விவசாயத்துக்கு ஆட்கள் கூட அதிகம் தேவை இல்லை. 'விதைக்கின்ற காலத்தில் ஊருக்குப்

| ஜீரோ பட்ஜெட் |

போனால், அறுவடைக் காலத்தில் ஆள் தேவையில்லை' என்ற சொல் வழக்கையும் பொய்யாக்கி... உழவே வேண்டாம், அறுவடைக்கு மட்டும் ஆள் இருந்தால் போதும் என்று ஜெயித்து காட்டும் விவசாயம் இது" என்று பெருமிதமாகச் சொன்ன பாரத்தி, தன் மாமனார் அனுமே கவுடாவிடம் நம்மை அறிமுகப்படுத்தினார்.

பாரத்தி தோட்டத்தில் தயாராகும் ஜீவாமிர்தக் கரைசல்

நாட்டு மாடுகளுடன் பாரத்தி மற்றும் அனுமே கவுடா

31 வருடங்கள் விவசாயத்துறை துணை இயக்குநராக பணியாற்றியிருக்கும் அனுமே கவுடா, "அரசாங்கத்தின் சொல்படி கேட்டு, ரசாயன உரம்... பூச்சி மருந்து இதையெல்லாம் ஊர் முழுக்க தெளிக்கச் சொன்னது எவ்வளவு பெரிய முட்டாள்த்தனம்" என்று வார்த்தைக்கு வார்த்தை மருகினார்.

"நான் விவசாய பட்டப்படிப்பு படித்தவன். 1960-ல் கர்நாடக அரசு பணியில் சேர்ந்தேன். அது 'பசுமை புரட்சி'யின் ஆரம்பகாலம். அதுவரை இயற்கை உரங்களை மட்டுமே நம்பி விவசாயம் செய்து வந்த முறையை ஒரேயடியாக தூக்கி எறிந்துவிட்டு, ரசாயன உரத்துக்கு நாட்டையே மாற்றிய காலம். 'ரசாயன உரம் போட்டால், மூன்று மடங்கு விளைச்சல் கூடும்' என்று அரசு கூறியதை கிளிப்பிள்ளையைப் போல நாங்களும் விவசாயிகளுக்கு எடுத்துக்கூறி விவசாயிகளை மாற்றினோம்.

'உப்பு, உரம், யூரியா இதையெல்லாம் போட்டால் காடு கெட்டுவிடும். பயிர்கள் கருகி நாசமாக போய்விடும்' என்று அப்போதே என்னுடைய அண்ணன்கள் எதிர்த்தார்கள். அதையும் மீறி, வேளாண்மைப் படிப்பு படித்துவிட்டோம் என்கிற மமதையில் ரசாயன உரங்களை எங்களது தோட்டத்திலும் கொட்டினேன். சில வருடங்களில் விளைச்சல் கூடியது. ஆனால், வரவர எவ்வளவு உரத்தைக் கொட்டினாலும் விளைச்சல் பாதியில் படுத்துவிட்டது. முட்டுவளிச் செலவு கூடியது. விளைச்சலோ குறைந்து கொண்டே போனது. அப்போதுதான் மூளையில் ஒரு பொறி தட்டியது. மண்ணைப் பரிசோதித்து பார்த்தபோது... மண் மரணமடைந்து இருந்தது தெரிய வந்தது. நுண்ணுயிர்கள் நிறைந்த மண்ணே உயிர் உள்ள மண். ரசாயன உரமும்... உப்பும் மண்ணில் உள்ள நுண்ணியிரிகளை கொன்றுவிட்ட பிறகு, மண் மாண்டு போன நிலைதான். எத்தனை ஆயிரம் விவசாய குடும்பங்களின் விளக்கை அணைத்து விட்டோம் என்கிற வேதனை இதயத்தை இன்றும் கூட இறுக்கிக்கொண்டிருக்கிறது. என்ன செய்வது, அரசு சொல்லியதை அதன் ஊழியனாகிய நான் செயல்படுத்தினேன். அதற்காக இப்போது வெட்கப் படுகிறேன்" என்று உணர்ச்சி வசப்பட்டவர்,

"91-ம் ஆண்டு ஓய்வு பெற்றுவிட்டேன். அரசு பணியில் கற்றுக்கொண்டத் தவறுகளை திருத்திக்கொண்டு, பழைய போக்கில் சிந்தித்து... இயற்கை விவசாயத்துக்கு மாறினேன். இயற்கை உரம் கொண்டு 12 ஏக்கரில் தென்னை நடவு செய்தேன். இதற்காக, என் அப்பா கால முறைப்படி இயற்கை உரத்தை நானே தயாரித்தேன்.

பெரிய குழி எடுத்து, அதில் இலை, தழை, தாம்புகளை நிரப்பவேண்டும். அதன்மீது மாட்டுச் சாணம், கோமியம், நல்ல ஊட்டச்சத்துள்ள மண் ஆகியவற்றைப் போட்டு மூடி மூன்று மாதங்கள் கழித்து எடுத்து வயலுக்குப் போட வேண்டும். இதன் மூலம் மண்ணில் நுண்ணுயிரிகள் பெருகும். இந்த நுண்ணுயிரிகள்தான் பயிர்களுக்குத் தேவையான ஊட்டச்சத்துகளை மண்ணிலிருந்து பிரித்து கொடுக்கும் பணியை செய்கின்றன.

2005-ம் ஆண்டில்தான் பாலேக்கரின் ஜீவாமிர்தத்தைக் கேள்விப்பட்டு அதை பயன்படுத்த ஆரம்பித்தேன். ஆகா, என்ன அற்புதமான மருந்து அது. நுண்ணுயிரிகளைப் பெருக்கும் பணியை 'ஜீவாமிர்தம்' மிக எளிதாக செய்து முடிக்கிறது. அதை போட ஆரம்பித்த பிறகு, விளைச்சல் பெருகி விட்டது" என்று நிறுத்தியவர்,

"சிக்கமகளூர் காப்பி தோட்டப் பெண் பாரத்தி என் மருமகளாக வந்தது நான் செய்த பாக்கியம். 12 ஏக்கர் தென்னை போக மீதமிருந்த 4 ஏக்கரில் தென்னையோடு காப்பி, பாக்கு என

விகடன் பிரசுரம்

கோவை விவசாயிகளுடன் அனுமே கவுடா

எல்லாவற்றையும் பாலேக்கர் சொற்படி போட்டு, இந்தக் காட்டை சிக்கமகளூர் மலைநாட்டுக் காடாக மாற்றியதோடு, முழுவேலைகளையும் தானே பொறுப்போடு கவனித்துக் கொள்கிறார்" என்று மருமகளை மெச்சினார்.

மீண்டும் பேச ஆரம்பித்த பாரத்தி, "ஒரு பாக்கு மரத்தில் 5 கிலோ வரையே வருடத்துக்கு விளைச்சல் கிடைத்து வந்தது. ஜீவாமிர்தம் கொடுக்க ஆரம்பித்ததும் மரத்துக்கு 8.5 கிலோ வரை விளைச்சல் உயர்ந்துள்ளது. அடுத்த வருடம் 10 கிலோ வரை எதிர்பார்க்கிறேன். ஒரு ஏக்கரில் 560 பாக்கு மரங்கள் உள்ளன. ஒரு கிலோ பச்சை பாக்கு 15 ரூபாய் வரை விற்கிறது" என்று சொன்னவரிடம்,

"ஏக்கருக்கு என்ன வருமானம் கிடைக்கும்?" என்று கேட்டோம்.

"நீங்களே கணக்குப் போட்டுக் கொள்ளுங்களேன். இந்த ஜீரோ பட்ஜெட் விவசாயத்தில் வரவு மட்டும்தான். செலவே இல்லை. 16 ஏக்கர் பூமி முழுவதற்கும் எரு கொடுப்பது ஒரே ஒரு பசுமாடு...

தென்னைமரக் காடு...

அதன் கன்று ஆகியவைதான். கூடமாட ஒத்தாசைக்கு இரண்டு பெண்கள் இருக்கிறார்கள். அவ்வளவுதான் செலவு" என்று தெம்பாகவேச் சொன்னார் பாரத்தி.

ஒரு ஏக்கரில் பாக்கு வருமானம் என்னவாக இருக்கும் என்பதைக் கணக்குப் போட்டுப் பார்த்தோம். ஏக்கருக்கு 560 மரங்கள். மரத்துக்கு 8.5 கிலோ பாக்கு விளைகிறது. கிலோ 15 ரூபாய் என்று வைத்துக் கணக்குப்போட்டால்... 71,400 ரூபாய் வருகிறது. நாம் மயக்கம்போட்டு விழாத குறைதான்.

"கணக்கு சரியா.?" என்று பாரத்தியிடம் கேட்டோம். "உங்களிடம் பொய்சொல்லி என்ன ஆகப்போகிறது!" என்று கேட்டு வாயை அடைத்துவிட்டார்.

தோட்டத்தில் ஊடுபயிராக காபி, வெணிலா, கோக்கோ என கூட்டணி போட்டு பசுமை பந்தலாக... பார்க்கவே பரவசப்படுத்துகிறது.

கையைக் கடிக்காத வெனிலா...

9

பாரத்தியின் தோட்டத்தில் தென்னையும் பாக்கும் கூட்டுக்குடித்தனம் நடத்த... அதிலிருந்து கொட்டும் லட்சங்களே எகிடு தகிடாக இருக்கிறது. இதற்கு நடுவே ஊடுபயிர்களாக கொட்டமடிக்கும் காபி, கோக்கோ மற்றும் வெணிலா பீன்ஸ் இவை வேறு பணத்தை வாரிக் கொடுக்கின்றன.

கர்நாடக மாநிலம், ஹாசன் நகரிலிருந்து 15 கி.மீ. தூரத்தில் இருக்கும் ஏ.குடுஹனஹள்ளி கிராமத்தில் பசுமை சூழ்ந்து கிடக்கும் பாரத்தியின் பாக்குத் தோட்டத்தைப் பற்றி சென்ற அத்தியாயத்தில் பார்த்தோம். சுபாஷ் பாலேக்கரின் ‘ஜீரோ பட்ஜெட்’ மந்திரத்தை உச்சரித்து அவர் உருவாக்கி வைத்திருக்கும் அந்தத் தோட்டத்து ஊடுபயிர்களில் ஒன்றான வெணிலா பீன்ஸை இப்போது பார்க்கலாம்.

வெணிலா பீன்ஸ் என்றதுமே பலருக்கும் ‘உவ்வே’ என்று கசக்கச் செய்யும்... அல்லது ‘ச்சீய்’ என்று வெறுக்கவும் செய்யும். காரணம்... சில ஆண்டுகளுக்கு முன்பு தமிழகம் முழுக்க வெணிலா பீன்ஸ் செய்து வைத்திருக்கும் வேலை அப்படி! வெணிலா மீது எந்தக் குற்றமும் இல்லை... அதை வைத்து இடையில் விளையாடிய சிலர் கிளப்பிவிட்ட வெறிதான் காரணம். அதை நம்பி ஆசைப்பட்டு தடலாடியாக குதித்தனர் பலரும். கிலோ 3,500 ரூபாய் வரை கூட விலை போய்க்கொண்டிருந்தது ஒரு காலம். ஆனால், திடீரென தலைகுப்புற விலை வீழ்ந்துபோக... வெணிலா என்றாலே காத தூரம் தலைதெறிக்க ஓட ஆரம்பித்துவிட்டனர். தமிழகத்தில் மட்டுமல்ல... இந்தியாவில் பல

ஜீவாமிர்த சந்தேகங்களுக்கு விடை!

ஜீவாமிர்தம் தயாரித்தல் பற்றி, இன்னமும் கூட வாசகர்களிடையே ஒரு சில சந்தேகங்கள் நிலவி வருகின்றன. புது வாசகர்கள் புதிதுபுதிதாக சந்தேகங்களை கிளப்புகிறார்கள். அவற்றுக்கெல்லாம் பதிலளிக்க வேண்டியது நமது கடமையல்லவா...!

இதோ அதைப்பற்றி பாரத்தியே பேசுகிறார். "ஜீவாமிர்தம் தயாரிக்கும்போது கூடுதல் கவனம் தேவை. நாட்டுப்பசு மாட்டின் சாணி மற்றும் கோமியம் இவற்றை மட்டுமே பயன்படுத்த வேண்டும். சிலர், 'சிந்து இன மாட்டுச் சாணியை பயன்படுத்தினால் என்ன?' என்று கேட்கிறார்கள். அது, மாடே அல்ல; மாட்டு உருவத்தில் இருக்கும் ஒரு விலங்கு. அவ்வளவுதான். இதை நீங்களே பரிசீலித்துப் பார்க்கலாம். நாட்டுப் பசுமாட்டுச் சாணி, சீமைப்பசு மாட்டுச் சாணியை தனித்தனியே எடுத்து ஒரு புல்வெளிப் பரப்பில் போடுங்கள். அதைக் கோழி கிளராமல் பார்த்துக் கொள்ளுங்கள். 24 மணி நேரத்தில் நாட்டுப்பசு சாணியைச் சுற்றி எண்ணில் அடங்கா பூச்சிகள், வண்டுகள், பூமியை துளைத்துக்கொண்டு கூடாரம் போடும். ஆனால், சிந்து மாட்டின் சாணியை ஒரு ஈ, எறும்பு கூட திரும்பிப் பார்க்காது. எனவே, நாட்டுப்பசு கிடைக்கவில்லையே என்று சீமைப்பசு சாணியை கொண்டு ஜீவாமிர்தம் தயாரிக்காதீர்கள். அதனால் எந்தப் பலனும் கிடைக்காது" என்று எச்சரிக்கை செய்தவர்,

"ஒரு ஏக்கர் விவசாயத்துக்கு ஒருமுறை நீர் பாய்ச்சும்போது 200 லிட்டர் ஜீவாமிர்தம் போதுமானது. அதிகம் கையிருப்பு இருந்து, அதிகமாக பாய்ச்சினாலும் தவறில்லை" என்றார்.

பாகங்களிலும் இதுதான் நிலைமை. விலை வீழ்ந்ததற்கு முக்கியக் காரணம்... செயற்கை வெணிலா!

ஆனால், இன்றைக்கும் கூட இயற்கை வெணிலாவுக்கு தனி மரியாதை இருக்கத்தான் செய்கிறது. விலை எக்கச்சக்கமாக இல்லாவிட்டாலும் ஒரு குறிப்பிட்ட அளவிலேயே அது நிற்கிறது. பொள்ளாச்சி பகுதிகளில் அந்த விவசாயத்தை சிலர் தொடர்ந்து செய்துகொண்டுதான் இருக்கிறார்கள்.

அந்தவகையில்தான் பாரத்தியும் தன் தோட்டத்தில் வெணிலாவைப் பயிர் செய்துவருகிறார் ஊடுபயிராக! அவரின் தோட்டத்தைப் பார்க்க கண்கள் இரண்டு போதாது. பூமிப் பரப்பின்மீது கரும்புக் கழிவுகள் போர்வையாகப் போர்த்திக்

மூடாக்கு

கிடக்க... வெணிலா, காபி மற்றும் கோக்கோ செடிகள் பசுமை பந்தல் போட்டிருக்கின்றன.

குளிரைத் தடுக்க மனிதர்களுக்கு பவானி, சோலாப்பூர் போர்வைகள் தேவைப்படுவதைப்போல, வெயிலைத் தடுக்க பூமிக்கும் ஒரு போர்வை. அதற்கு பெயர் மல்சிங் (Mulching). இதை பல அடுக்குகளாகச் செய்யலாம். வேண்டாத கரும்புத் தோகை, பருத்தி, துவரை போன்றவற்றின் மிளார்களைக் கொண்டு பூமியை முழுமையாக மூடி உண்டாக்குவது ஒரு போர்வை. கொள்ளு,

உளுந்து, தட்டை, தக்காளி, சுண்டை, மிளகாய் போன்ற இரட்டை இலை தாவரங்களாக விதைத்து உண்டாக்குவது இன்னொரு போர்வை இது பசுமைப் போர்வை.

“இவையிரண்டும், சூரிய வெப்பத்திலிருந்து பூமியைக் காப்பாற்றுவதோடு, பூமிக்குள் ஈரப்பதத்தை நீண்ட நாட்களுக்கு காப்பாற்றுகின்றன. இதைப் பயன்படுத்திக் கொண்டு மண்புழுக்கள், நுண்ணுயிரிகள் சுகமாகவும், சுதந்திரமாகவும் செயல்படுவதால்... பாக்கு, தென்னை, வெணிலா போன்றவற்றுக்குத் தேவையான நைட்ரஜன், அமோனியா, ஜிங் போன்ற ஊட்டச்சத்துகள் அங்கேயே தொடர்ந்து தயாரித்து ஊட்டப் படுகின்றன.

சுட்டெரிக்கும் சூரியனை தென்னையும், பாக்கும் தடுத்துவிடுகிறது. சந்துப்பொந்துகளில் நழுவி விழும் கதிர்களை காபி, வெணிலாவுடன் கூடிய மற்ற ஊடுபயிர்கள் தடுத்து விடுகின்றன. கரும்பு தோகையால் போர்த்தப்பட்ட போர்வை முழு வெயிலையும் தடுத்துவிடுகிறது. ஆக பூமிப்பரப்பு எப்போதும், குளிர்சாதன பெட்டிக்குள் வைத்த தக்காளிப் பழம்போல், குளிர்ச்சியாக, ஈரப்பதத்துடனே இருக்கிறது” என்கிறார் பாரத்தி (தொலைபேசி: 08172-228524).

தோட்டத்தில், பார்த்த இடத்திலெல்லாம், தேங்காய் நெற்றுகள் சிதறிக்கிடக்கின்றன.

“அள்ளிச்செல்ல ஆட்கள் கிடைக்கவில்லை. கூடையில் போட்டுக் கொண்டு செல்லும் அளவுக்கு எனக்கோ உடலில் சக்தி இல்லை. ஒரு நாளைக்கு 8 மணிநேரம் கூட நின்றுக்கொண்டு, வெணிலா மலர்களுக்குள் மகரந்த சேர்க்கை செய்ய முடியும். ஆனால், 3 நடை தலை சுமை தூக்கிவிட்டால்.. அவ்வளவுதான், கழுத்து வலி வந்து, 3 வாரத்துக்கு படுக்கையில் போட்டுவிடும்” என்றவரிடம்,

“ஏன்... வெணிலா தானாகவே மகரந்த சேர்க்கை செய்யாதா..?” என்று கேட்டோம்.

“அந்தக் கூத்தை ஏன் கேட்கிறீர்கள். அது ஒரு வேடிக்கை கலந்த விநோதப் பிறவி. மகரந்த சேர்க்கையை நாம்தான் செய்துவிடவேண்டும். உலகத்திலுள்ள எல்லா ஜீவராசிகளும் தங்களது இனப்பெருக்கத்தை தானே செய்து கொள்கின்றன. எந்த இனமும் தன் இனத்தை அழிய விடுவதில்லை. எந்தச் சூழ்நிலையையும் தாக்குப்பிடித்து தன் இனத்தைப் பெருக்கும் சக்தியை இயற்கை கொடுத்து இருக்கிறது. மனிதனைப் போல், ‘வயதான காலத்தில் காப்பாற்றுவார்கள்... சோறு போடுவார்கள்’ என்ற சிந்தனை தாவரங்களுக்கும், விலங்குகளுக்கும் கிடையாது. இனம் தழைக்க வேண்டும் என்பது ஒன்றுதான் அவற்றின் இனப்பெருக்க நோக்கம்.

| விகடன் பிரசுரம் |

இதில் வெணிலா ஒரு விசித்திரப் பிறவி. தானாக மகரந்த சேர்க்கை செய்யாது. ஆனாலும் அவசரம்... மலர்ந்து 4 மணி நேரத்துக்குள் மகரந்த சேர்க்கை நடத்தியாக வேண்டும். ஆகவே வெணிலா மலர் விரியும் காலங்களான டிசம்பர், ஜனவரி, பிப்ரவரி மாதங்களில் காலை 5 மணிக்கே எழுந்து 6 மணிக்கே தோட்டத்துக்குச் சென்று, மலர்ந்த மலர்களை ஒவ்வொன்றாக பிடித்து மகரந்த சேர்க்கை செய்யவேண்டும். 11, 12 மணிக்குள் மகரந்த சேர்க்கை செய்யவில்லையென்றால், கோபித்துக் கொண்டு, வாடி வதங்கி உதிர்ந்துவிடும். அந்தளவுக்கு மென்மையான குணம் கொண்டது வெணிலா.

மகரந்த சேர்க்கை ஒன்றுதான் கடினமான வேலை. நிறைய ஆட்கள் தேவைப்படும். பிறகு அறுவடை வரை எட்டிக்கூட

வெணிலா செடியை பார்வையிடும் பாரத்தி

பார்க்கத் தேவை இல்லை. பூச்சிக்கொல்லி மருந்து தெளிக்க வேண்டியது இல்லை.. ரசாயன உரங்கள் தேவையில்லை. களை பறிப்பு இல்லை. ஏன் தனியாக நீர்கூட விடத்தேவையில்லை. பாக்கு மரங்களுக்கு என்று நாங்கள் பாய்ச்சும் ஜீவாமிர்தம் கலந்த நீரே இதற்கும் போதுமானது. 10 மாதத்தில், வெணிலா காய்கள் கொத்துகொத்தாக விளைந்து தொங்கும் காட்சி பார்த்தாலே இதயத்துக்கு இதமாக இருக்கும். 5 அடி உயரத்தில் வெணிலா கொடிகளை மடக்கி, பாக்கு மரங்களைச் சுற்றி சுற்றி படர விடவேண்டும். அப்போதுதான் மகரந்த சேர்க்கை செய்ய எளிதாக இருக்கும். காற்றின் ஈரப்பதம் உள்ள நிலத்தில் மட்டுமே வெணிலா நன்றாக விளையும்.

முற்றிய வெணிலா கிலோவுக்கு ரூ.60 முதல் 100 வரை கிடைக்கிறது. பதப்படுத்தப்பட்ட வெணிலாவுக்கு ரூ. 1,000 வரை கிடைக்கிறது. இதுவே 2000-ம் வருடத்தில் கிலோ விலை 2 ஆயிரம், 3 ஆயிரம் ரூபாய்க்கு விற்ற அதிசயமெல்லாம் உண்டு. பச்சை வெணிலா கிலோ ரூ.100 என்று விற்றாலே நல்ல லாபம்தான். ஏக்கருக்கு 500 கிலோ கிடைக்கும்.

பாக்கு, தென்னைதான் நமக்கு பிரதான விவசாயம். ஊடுபயிர்களான காபி, வெணிலா எல்லாம் கூடுதல் வரவு எனும்போது வெணிலா ஒரு சுமையாகவே தெரியவில்லை. எனவே, வெணிலாவை தனித்த பயிராக போடாமல் ஊடுபயிராக முயற்சித்துப் பார்த்தால் வெற்றி நிச்சயம்” என்ற பாரத்தி, வெணிலா பீன்ஸின் தேவையைப்பற்றி கூறினார்.

“ஐஸ்கிரீம் சாப்பிடுபவர்களுக்குத்தான் வெணிலாவின் அருமை தெரியும். ‘வெணிலா ஃபிளேவர்’ என்று கேட்டுக் கேட்டுச் சாப்பிடுவார்கள்... அதன் மணமும் சுவையும் அப்படி! ‘ஆனால், வெணிலா ஐஸ்க்ரீமுக்கு பயன்படும் வாசனை பொருள் மட்டுமல்ல. அது ஒரு நல்ல மூலிகை குணம் கொண்டது. வயிற்றுக் கோளாறுகளை முற்றிலுமாக போக்கி, அல்சர், வயிறு புற்றுநோய் போன்றவற்றை அகற்றும் அபூர்வ குணமும் அதனிடம் இருக்கிறது’ என்று அமெரிக்க டாக்டர்கள் ஆராய்ந்து கூறியிருக்கிறார்கள். ஆனாலும் என்ன பயன்... கலப்பட உலகில் செயற்கை வெணிலாவுக்குதான் கூடுதல் மரியாதை. செயற்கையாக உருவாக்கப்படும் வெணிலாவின் விலை குறைவு என்பதால் புற்றீசல்களாக அங்கே மொய்க்கின்றன உணவுப்பொருள்களைத் தயாரிக்கும் பல நிறுவனங்கள். ‘செயற்கை வெணிலா ரத்தப்புற்று நோயை உருவாக்குகிறது’ என்ற அதிர்ச்சிகரமான செய்திகளும் அமெரிக்காவிலிருந்தே வருகின்றன. ஆனால், அதையெல்லாம் யார் மதிக்கிறார்கள். இயற்கையாவது... செயற்கையாவது... இந்த நிமிடம் என் மனமும் வயிறும் நிறைந்தால் போதும் என்று வாங்கிச்

காப்பிக் கொட்டை

சாப்பிடுபவர்கள்தானே அதிகமாக இருக்கிறார்கள்... ரசாயன உரங்கள், பூச்சிக்கொல்லிகளை நம்புபவர்களைப் போல!

மரணப்படுக்கையில் கிடக்கும் இந்திய விவசாயத்தையும், விவசாயிகளையும், பாலேக்கரின் 'ஜீரோ பட்ஜெட்' முறை ஒன்றால்தான் காப்பாற்ற முடியும்" என்று முழங்கி முடித்தார்!

அவர் சொல்வதை உறுதிப்படுத்துபவை நமக்கு வந்து குவியும் 'ஜீரோ பட்ஜெட்' விசாரிப்புகள்தான். 'ஜீரோ பட்ஜெட்' விவசாயம், உழவர்களின் இதயங்களில், 'ஹீரோ' பட்ஜெட்டாக உயர்ந்து நிற்கிறது என்பதற்கு அவைதான் சாட்சி!

10

கலக்குது 'ஜீரோ' தென்னை!

புரட்சிப் பெண் பாரத்தியின் தோட்டத்தில், சுபாஷ் பாலேக்கரின் 'ஜீரோ பட்ஜெட்' முறைப்படி வளர்ந்து கிடக்கும் பாக்கு, வெணிலா பற்றியெல்லாம் கடந்த அத்தியாயங்களில் பார்த்தோம். மீதமிருக்கும் தென்னை மற்றும் ஊடுபயிர்களையும் பார்த்துவிடுவோமா...?

பாரத்தியின் மாமனார் அனுமே கவுடா, கர்நாடக மாநில விவசாயத்துறையில் துணை இயக்குநராக பணியாற்றி ஓய்வு பெற்றவர். மருமகளோடு இணைந்து தோட்டத்தைக் கவனித்து வரும் அவர், "உண்மையை ஒளிக்காமல் சொல்ல வேண்டுமென்றால், நான் ஆரம்பித்தது தென்னை விவசாயம் மட்டும்தான். பாக்கு, காபி, வெணிலா, மிளகு இதெல்லாம் பாரத்தி வந்த பிறகு வந்து சேர்ந்தவை" என்று மருமகளுக்கு பாராட்டு தெரிவித்துவிட்டு, தென்னையைப் பற்றி விரிவாகப் பேசினார்.

"ஒரு ஏக்கருக்கு 60 தென்னை என்று நல்ல இடைவெளி கொடுத்து நடவு செய்துள்ளேன். மொத்தம் 12 ஏக்கரில் இயற்கை முறை விவசாயத்தின்படி தென்னை வளர்ந்து கிடக்கிறது. நல்ல வளமான பூமியில், 30 அடிக்கு ஒரு தென்னை என இருக்கும்படி பார்த்து நடவு செய்தால் காய்ப்பு நன்றாக இருக்கும்.

அதிக அளவில் நடவு செய்யும் போது நாமே நாற்றுகளை உருவாக்கிக் கொள்வதுதான் நல்லது. அப்போதுதான் தரமான நாற்றாக இருக்கும். நடுத்தர வயது தென்னை மரத்திலிருந்து முற்றிய நெற்றுகளாக பார்த்து விதைக்காயை தெரிவு செய்ய வேண்டும். தேவைக்கு ஏற்ப காய்களை

தேர்ந்தெடுத்து, காம்புப் பகுதி மேல்பக்கமாக இருக்குமாறு தரையில் நிறுத்தி வைக்கவேண்டும். காய்களை மறைத்து பட்டும் படாமல் மண் போட்டு மூடவேண்டும். ஒரு நாள் விட்டு ஒரு நாள் தண்ணீர் தெளிக்கவேண்டும். ஆறு மாதத்தில் முளைவிட ஆரம்பிக்கும். ஒரு வருடம் வளர்ந்த பிறகு, நடவு செய்யலாம். நடவு செய்வதற்கு முன்னதாக 3 மணி நேரம் பீஜாமிர்தக் கரைசலில் நாற்றை நன்றாக நனைய விட வேண்டும். இதன் மூலம் வேர் கரையான் உள்ளிட்ட பிரச்னைகளில் இருந்து நாற்றுகளைக் காக்கமுடியும்.

மிளகுக் கொடி

2 X 2 அளவுக்கு மூன்று அடி ஆழத்தில் குழி எடுக்கவேண்டும். இரண்டு குழிகளுக்கு நடுவே 30 அடி இடைவெளி இருக்க வேண்டும். குழியில் ஒரு அடிக்கு தொழு உரம் போட்டு நிரப்பவேண்டும். அதன் பிறகு தென்னம்பிள்ளையை நட்டு, காய் மறையும் அளவுக்கு மணலையும் மண்ணையும் கலந்து போட்டு, நீர்ப்பாய்ச்ச வேண்டும்.

தென்னம் மட்டைகள் ஓரளவுக்கு வளர்ந்திருக்கும். அதன் காரணமாக தென்னம்பிள்ளை சாய்ந்துவிடாமலிருக்க, ஒரு கம்பு கொண்டு கட்டிவைப்பது நல்லது. மட்டைகளையும் தனியாக கயிறால் கட்டி வைக்க வேண்டும். ஓரளவுக்கு வளர்ந்த பிறகு, பிரித்துவிடலாம். தண்ணீர் பாய்ச்சுவதையும் மாற்றிக்கொள்ளலாம். இரு மரங்களுக்கு நடுவே இருக்கும் 30 அடி இடைவெளியின் மையப்பகுதியில் 2 அடி அகலத்தில் ஒரு வாய்க்கால் அமைத்து அதன் மூலம் நீர்பாசனம் செய்யவேண்டும். 15 நாட்களுக்கு ஒரு முறை பாசனம் செய்தால் போதும். கூடவே ஜீவாமிர்த கரைசலையும் கலந்துவிடுவது அவசியம். ஜீரோ பட்ஜெட் விவசாய முறையில் தண்ணீர் தேவையும் பாதியாக குறைந்து போகிறது. மூடாக்கு (மல்சிங்) போட்டு பூமியை மூடிவைக்க வேண்டும். இதன் காரணமாக ஈரப்பதம் தொடர்ந்து காப்பாற்றப்படுகிறது. தென்னைக்குத் தனியாக, பாக்குக்குத் தனியாக, ஊடுபயிர்களுக்குத் தனியாக தண்ணீர் பாய்ச்ச தேவையில்லை. ஒரே கல்லில் பல மாங்காய்களை வீழ்த்தும் சூத்திரம்தான் ஜீரோ பட்ஜெட்.

தென்னை நாற்று தெரிவு செய்யும்போது புதிய ரகங்களான, நெட்டை, குட்டை ஒட்டு ரகங்களையும் பயிர் செய்யலாம். நான்

| ஜீரோ பட்ஜெட் |

தென்னையுடன் கோக்கோ செடிகள்...

புதிய ரகங்களுக்குப் போகவில்லை. எங்கள் மாநிலத்தில் புகழ் பெற்று விளங்கும் 'டிப்டூர்' ரக மரங்களையே நடவு செய்து உள்ளேன் (தமிழ்நாட்டில் மதுரை - அய்யம்பாளையம் தென்னை போல.. கர்நாடகத்தில் டிப்டூர் தென்னைக்கு மவுசு அதிகம்). நல்ல விளைச்சல் கொடுக்கிறது.

டிப்டூர் ரக மரங்கள் பலன் கொடுக்க குறைந்தது 5 வருடம் பிடிக்கும். ஆனால், 100 வருடங்கள் தொடர்ந்து கொடுத்துக் கொண்டே இருக்கும். புதிய ரகங்கள் 3 வருடங்களிலேயே பலன் கொடுப்பதாகச் சொல்கிறார்கள். அதே போலவே அவற்றுக்கு ஆயுளும் குறைவு. நோய் எதிர்ப்புச் சக்தியும் குறைவு. எனவே அந்த பரிசோதனைக்கு நான் போக வில்லை" என்று சொன்னவர், மகசூல் பற்றி ஆரம்பித்தார்.

"டிப்டூர் ரக மரம் ஒன்றில் குறைந்தது 150 முதல் 200 காய்கள் கிடைக்கின்றன. ஒரு காய் குறைந்தபட்சம் ரூ.3.50 பைசாவுக்குப் விற்கப்படுகிறது. ஒரு ஏக்கரில் ஆண்டுக்குச் சராசரியாக 10 ஆயிரம் காய்கள் கிடைக்கும் என்று வைத்துக் கொண்டாலே 35 ஆயிரம் ரூபாய் வருவாய் கிடைக்கும். ஆனால், எங்களுடைய ஜீரோ பட்ஜெட் விவசாயம் மூலம் 200 காய்கள் நிச்சயமாக கிடைக்கின்றன. ஏக்கருக்கு 42 ஆயிரம் ரூபாய் எங்களுக்குக் கிடைக்கிறது.

காய்களாக விற்பதைவிட கொப்பரையாக விற்றால்தான் லாபம். காயை உடைத்து உலர்த்தினால் 10 முதல் 15 குவிண்டால் கொப்பரை கிடைக்கும். கடந்த காலங்களில் ஒரு குவிண்டால் கொப்பரை, எட்டாயிரம் ரூபாய்க்கும் மேல் விற்பனையானது. ஆனால், இப்போது விலை சரிந்துக் கிடக்கிறது.

கொப்பரையோ... காயோ... எங்களைப் பொறுத்தவரை முட்டுவளிச் செலவு இல்லாததால், லாபம் குறைகிறதே தவிர, நஷ்டம் என்ற பேச்சுக்கு இடமே இல்லை" என்று யதார்த்தமாக சொன்னார் அனுமே கவுடா.

கூடவே நின்றிருந்த பாரத்தி, "ஊடுபயிர்கள் மூலமாகவும் நல்ல லாபத்தைப் பார்த்துவருகிறோம். ஒவ்வொரு தென்னை மரத்திலும் மிளகுக் கொடி இருக்கிறது. ஜூன் மாதத்தில் பூக்க ஆரம்பித்தால், பிப்ரவரி அல்லது மார்ச்சில் காய் அறுவடை செய்யலாம். முற்றியதும் அறுவடை செய்யவேண்டும். இல்லையென்றால் மிளகுக்கே உரிய நிறம் கிடைக்காமல் போய்விடும். ஒரு கொடியிலிருந்து ஒரு ஆண்டுக்குக் குறைந்தது 3 கிலோ வரை மிளகு கிடைக்கிறது. கிலோ ரூ. 120 முதல் ரூ. 150 வரை விற்கிறது.

காமாலை மரம்!

தோட்டத்து வரப்புகளில் மாமரங்களும் காய்த்து குலுங்குகின்றன. அவற்றுக்கு நடுவே அடர் பச்சைக் கட்டிய மரமொன்று வித்தியாசமாக நின்றிருந்தது. அதைக் கைகாட்டிய பாரத்தி, "இந்த மரம் மிகுந்த மருத்துவக் குணம் நிறைந்தது. இதன் இலையை அரைத்து காலையில் வெறும் வயிற்றில் ஒரு வாரம் தொடர்ந்து உண்டு வந்தால் எவ்வளவு முற்றிய காமாலையாக இருந்தாலும் குணம் அடையும். அதனாலேயே இதற்கு 'காமாலை மரம்' என்ற பெயர் இருக்கிறது" என்றார்.

| ஜீரோ பட்ஜெட் |

எப்படியும் சராசரியாக ஏக்கருக்கு 15 ஆயிரம் ரூபாய் வரை மிளகு மூலம் கிடைக்கும்.

'கோக்கோ' பயிரை சோதனை முயற்சியாக போட்டிருக்கிறோம். அதுவும் நன்றாகவே பலன் கொடுக்கிறது. கோக்கோவின் விதையை பவுடராக்கி சாக்லேட், ஐஸ்கிரீம் போன்றவற்றுக்கு பயன்படுத்துகிறார்கள். இதைப் பயிரிடவேண்டுமென்றால் வாங்கு பவர்களை முதலில் உறுதிப்படுத்திக் கொள்ள வேண்டும். வாங்க ஆள் இல்லை என்றால் நஷ்டம்தான் வரும்" என்றார் பாரத்தி

தென்னை மற்றும் பாக்கு ஆகியவை கூட்டுப் போட்டு நிற்கும் அந்தத் தோட்டத்தில் காபி, மிளகு, கோக்கோ, வெணிலா ஆகியவையும் ஊடுருவி (ஊடுபயிர்) உறவு கொண்டாடி, பாரத்தியின் குடும்பத்துக்கு பலனைக் கொட்டிக்கொடுத்துக் கொண்டிருப்பதைப் பார்த்து வியந்தபடியே விடைபெற்றோம்.

கர்நாடக பண்பாட்டின்படி, இயற்கையில் விளைந்த ராகியில் செய்த அருமையான ராகி மொத்தை விருந்து படைத்தே விடை கொடுத்தனர் பாரத்தி குடும்பத்தினர்.

பாலேக்கரும் பாசன யுவதிகளும்!

விவசாயிகள்.. விஷமற்ற உணவை உற்பத்தி செய்துக் கொடுத்து, நோயற்ற வாழ்வை மக்களுக்கு படைக்க வேண்டும். விவசாயிகளும் கடனற்ற வாழ்க்கையை கால் நீட்டி சுகிக்கவேண்டும் என்பதே, 'ஜீரோ பட்ஜெட்' எனப்படும் 'பைசா செலவில்லாத பசுமைப் புரட்சி' என்ற விவசாயத்தின் நோக்கம்.

ஒரு நாள் இரவு கர்நாடகாவின் பெங்களூருவிலிருந்து குல்பர்க்காவுக்கு ரயிலில் பயணமானேன். இரவு பத்தரை மணிக்கு படுக்கையில் சாய்ந்தேன். பக்கத்து இருக்கையில் நான்கு நடுத்தர வயது யுவதிகள், அவரவர் பணிகுறித்து விவாதித்துக் கொண்டிருந்தனர். அவர்களின் சம்பாஷனை திடீரென்று, 'ஜீரோ பட்ஜெட்' சூத்ரதாரியான சுபாஷ் பாலேக்கர் பக்கம் திரும்பியது. இழுத்துப்போர்த்திய இமைப்போர்வையை கத்தரித்தெறிந்துவிட்டு, கண்கள் வழியே மூளைப்பேனா அவர்களின் விவாதங்களை இதயத்திரையில் பதிவுசெய்துகொண்டே இருந்தது. அசைபோட்டுக்கொண்டே தூங்கிப் போனேன். விடிந்ததும் விசாரித்தால்... நால்வரும் கர்நாடக அரசின் நீர்பாசனத்துறையை சேர்ந்த பொறியாளர்கள்!

"பாலேக்கரின் சூத்திரம், விவசாயிகளின் முட்டுவளிச் செலவை மட்டும் குறைக்கவில்லை. பாசன நீரையும் பத்தில் ஒரு பங்காகக் குறைக்கிறது. காரண காரியங்களுடன், விஞ்ஞானப்படி பாலேக்கர் விளக்குவதை யாராலும் மறுக்க முடியாது" என்று வலியுறுத்தினர் அந்த யுவதிகள்.

| ஜீரோ பட்ஜெட் |

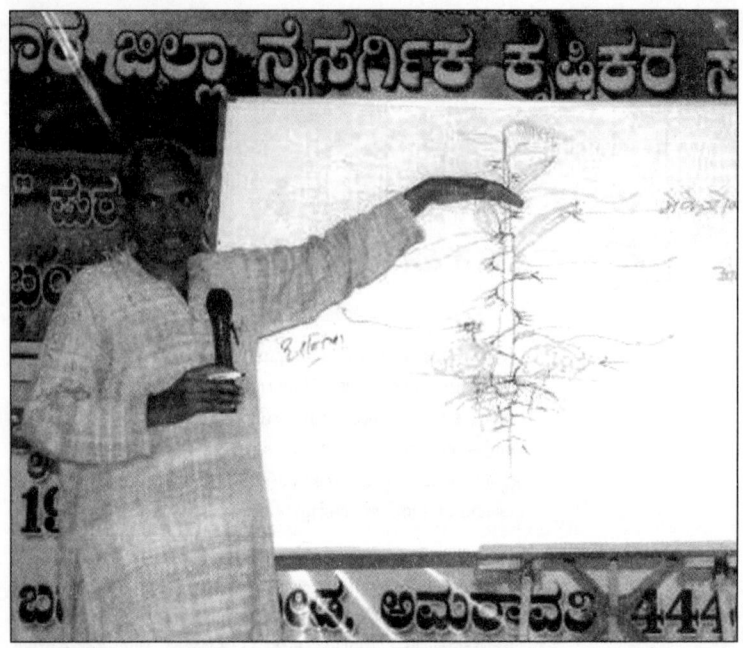

ஜீரோ பட்ஜெட் பற்றி விவரிக்கிறார் பாலேக்கர்

கர்நாடகாவில் விவசாயிகளின் இதயங்களில் மட்டுமல்ல, பொதுமக்கள் மற்றும் அதிகாரிகளின் இதயங்களிலும் புயலாக மையம் கொண்டுவிட்டது 'ஜீரோ பட்ஜெட்'.

ஆகஸ்டு முதல் வாரத்தில், பீஜாப்பூரில் நான்கு நாட்கள் பாலேக்கரின் பயிற்சி முகாம். நாமும் கலந்துகொண்டோம். பாலேக்கர் சித்தாந்தம் கடலளவு.. நாம் பருகியிருப்பதோ துளியளவு. இந்த வானும் மண்ணும் எவ்வளவு உண்மையோ, அவ்வளவு உண்மை பாலேக்கரின் சூத்திரம். பயன்பட்ட, பயன்படுத்திய விவசாயிகள் மேடையில் எடுத்துவைத்த அனுபவங்களை பார்க்கலாமா..?

திருமதி ஜோதி ராசு: பீஜாப்பூர் மாவட்டம் சிந்துகி என்ற ஊரைச் சேர்ந்தவர். முப்பது ஏக்கர் பூமிக்கு சொந்தக்காரர். கணவர், பொதுப்பணித்துறை ஒப்பந்தக்காரர்.

"மகனை பள்ளிக்கு அனுப்பிய பிறகு வீட்டில் வேலையே இல்லை. எத்தனை நேரம்தான் தூங்குவது? குத்தகைக்கு விட்டிருந்த நிலத்தை நானே பொறுப்பில் எடுத்து விவசாயம் செய்ய துவங்கினேன். வழக்கம்போல ரசாயன உரத்தைத்தான் பயன்படுத்தினேன். வாழை, கரும்புக்கு மட்டுமே வருடாவருடம் லட்சங்களில் ரசாயன உரம் போட்டேன். இந்த நிலையில்தான்

தும்கூரில் பாலேக்கரின் தத்துவ பயிற்சி வகுப்புக்கு என்னையும் அழைத்துச் சென்றார் எங்க ஊரில் ஜீரோ பட்ஜெட் விவசாயம் செய்துவரும் கங்காதர் (இவரைப்பற்றி ஏற்கெனவே நாம் எழுதியிருக்கிறோம்). இப்போது ரசாயன உரங்களை தூக்கி எறிந்துவிட்டு ஜீவாமிர்தம் மட்டுமே பயன்படுத்துகிறேன். நல்ல விளைச்சலும் கிடைக்கிறது. செலவுகளும் மிச்சம்" என்றார்.

ஜோதி ராசு

ருத்ரப்பா ஜாலப்பி: பாகல்கோட் தாலுகா, ஜம்கண்டி என்ற ஊரைச் சேர்ந்த முன்னோடி விவசாயி. இருபது ஏக்கரில் விவசாயம். நான்கு வருடங்களுக்கு முன்பிருந்தே பாலேக்கர் சூத்திரப்படி விவசாயம் செய்ய ஆரம்பித்து விட்டவர். 2006-ம் ஆண்டு ஏக்கருக்கு நாற்பத்தேழு குவிண்டால் மக்காச்சோளம் விளைவித்து, கர்நாடக அரசின் சாதனையாளர் விருது பெற்றிருக்கிறார். விவசாயத்துறை இணை இயக்குநர் இவரின் தோட்டத்தை நேரில் பார்த்து மலைத்துப்போயிருக்கிறார். இவரின் தோட்டத்து மஞ்சளுக்கு தனி கிராக்கி.

சுபாஷ்

ருத்ரப்பா

"ஊரில் குவிண்டால், ரூ.1,500, 2000 என்று விற்கும்போது, என்னிடம் ரூ.4,000 ரூபாய்க்குப் போட்டி போட்டுக் கொண்டு வாங்குவார்கள். மேலும் கின்னஸ் சாதனையாக ஜீவாமிர்தம் மட்டுமே கொடுத்து, ஒரு ஏக்கரில் ஒன்றரை லட்சம் ரூபாய்க்கு கத்திரிக்காய் விளைவித்திருக்கிறேன்" என்று சொல்லி அனைவரையும் மூக்கின்மேல் விரல் வைக்கச் செய்தார்.

சுபாஷ் பசப்பா: சுரப்பூர் பகுதியைச் சேர்ந்த இவரும் இருபது ஏக்கர் விவசாயி. இளமைக்கால வாழ்க்கையை ஒரு பத்திரிகையாளராக துவக்கிய இவர், பிறகு விவசாய சங்க செயல்பாடுகளில் ஆர்வமாகி, சுபாஷ் பாலேக்கரை தமது பகுதிக்கு அழைத்து வந்து, விவசாயிகளுக்குப் பயிற்சி வகுப்புகள் நடத்தியிருக்கிறார். கொஞ்சம் கொஞ்சமாக ஜீரோ பட்ஜெட் விவசாயத்துக்கு மாற்றியும் வருகிறார். தானே அந்த விவசாயத்தை கையில் எடுத்துக்கொண்டு, முன்மாதிரியாக நிற்கிறார்.

இவரின் தோட்டத்தில் விளைந்த கரும்பு, கூட்ட அரங்கில் பார்வைக்கு வைக்கப்பட்டிருந்தது. ஒவ்வொரு கரும்பும் பத்து

| ஜீரோ பட்ஜெட் |

பயிற்சி வகுப்பில் விவசாயிகள்

கிலோ எடை கொண்டதாக இருந்தது. அதைக்கேட்டு, அசந்துபோனார்கள் கூட்டத்தினர்.

அசந்தவர்களில் கர்நாடக அரசின் வேளாண்துறை அதிகாரிகள் இருவர் மற்றும் ஆந்திராவைச் சேர்ந்த சர்க்கரை ஆலை அதிகாரிகள் இருவர் என்று முக்கியமான நால்வரும் அடக்கம். இவர்கள் அதிகாரப்பூர்வமாக இந்தக் கூட்டத்துக்கு தங்களின் உயர் அதிகாரிகளால் அனுப்பி வைக்கப்பட்டவர்கள் என்பது குறிப்பிடத்தக்கது.

சரி, மேலே தங்களின் அனுபவங்களை எடுத்து வைத்த விவசாயிகளின் தோட்டங்களின் நிலவரம் எப்படி இருக்கிறது?!

"அடடே, நைட்ரஜனே இல்லையே...."

12

‘வண்டி ஓடச் சக்கரங்கள்

இரண்டு மட்டும் வேண்டும்.

அந்த இரண்டில் ஒன்று சிறியதென்றால்

எந்த வண்டி ஓடும்...?’

கவியரசு கண்ணதாசனின் இந்த வரிகள் இன்றைக்கும் கூட காற்று மண்டலத்தை கலக்கிக் கொண்டிருக்கும் வைர வரிகளாகும்.

அதேபோல,

‘தேர் ஓட சக்கரங்கள்

நான்கு மட்டும் போதும் - அந்த

நான்கில் ஒன்று பழுது என்றால்

எந்தத் தேர் ஓடும்...?’ என்று பாடுகிறார் ‘ஜீரோ பட்ஜெட்’ விவசாயத்தின் பிதாமகரான சுபாஷ் பாலேக்கர். பீஜாப்பூர் கூட்டம் முடிவடைந்த கையோடு, அந்தப் பகுதியில் ஜீரோ பட்ஜெட் முறையில் விவசாயம் செய்யும் சிலருடைய வயல்களைப் பார்வையிட்டார் பாலேக்கர். அந்த வகையில் நாம் குறிப்பிட்டிருந்த சிந்துகி நகரைச் சேர்ந்த ஜோதியின் வயலுக்கு அவர் சென்றபோது நாமும் உடனிருந்தோம். அப்போதுதான் ‘நான்கு சக்கரங்கள்’ பற்றிய பாடலை எடுத்துவிட்டார் பாலேக்கர்.

“ஜீரோ பட்ஜெட் எனப்படும் இயற்கை விவசாயத் தேர் ஓட வேண்டுமானால் அதற்கென இருக்கும் நான்கு சக்கரங்கள் நன்றாக பாதுகாக்கப்பட்டு இயக்கப்பட வேண்டும். ஒன்று பழுதுபட்டாலும் அந்த இயற்கைத் தேர் ஓடாது. நடுவீதியில்

படுத்துவிடும். 1. பீஜாமிர்தம். 2. ஜீவாமிர்தம். 3. மல்சிங் (மூடாக்கு). 4. தேவாம்சம் ஆகியவையே அந்த நான்கு சக்கரங்கள்.

இதைப்பற்றி விவசாயிகள் நன்கு தெளிவு பெறவேண்டும். அப்போதுதான் ஜீரோ பட்ஜெட் இயற்கை விவசாயத்தின் முழுப்பயனை அறுவடை செய்யமுடியும். இல்லாவிடில், 'பாலேக்கர் சொல்வதும் பொய்.. பசுமை விகடன் சொல்வதும் பொய்' என்று கூப்பாடு போட்டு விடுவார்கள் நமது விவசாய பந்து மித்திரர்கள்" என்று சிரித்துக்கொண்டே சொன்னவர், ஜோதியின் தோட்டத்தை நோட்டமிட்டார்.

வாழைத்தோட்டம், பூமிக்கு பசுமை பந்தல் போட்டிருந்தது. ஆனால், பலன் மட்டும் எதிர் பார்த்தபடி இல்லை. என்னதான் ஜோதிமயமாக வரவேற்றாலும், முகத்தின் ஒரு மூலையில் கவலை உட்கார்ந்து இருந்ததை ஜோதியால் மறைக்க முடிய வில்லை. அதைக் கண்டுபிடித்துவிட்ட பாலேக்கர், "உங்க தோட்டத்து விவசாய முறைகளை கொஞ்சம் விவரிங்க" என்று முதலில் சொன்னார்.

"வழக்கம் போல ரசாயன உரம் போட்டுத்தான் முதலில் விவசாயம் நடந்து வந்தது. திருமணமாகி நான் இங்கே வந்ததும் ரசாயன உரத்துக்கு முதலில் தடைபோட்டேன். பிறகு மண்புழு உர உற்பத்தியில் இறங்கினேன். திசு வளர்ப்பு முறையில் உருவாக்கப்பட்ட, வாழைக்கன்றுகளைத் தெரிந்து எடுத்து 3 ஏக்கரில் நடவு செய்தேன். முதல் வருடத்தில் மண்புழு உரம் மட்டுமே கொடுத்தேன். நல்ல விளைச்சல். ஒரு வாழைத்தார் ரூ.100 என விற்றது. ஆனால், திசு வாழைக்கன்றுகள், புதிதாக மண்புழு உரம் உற்பத்தி செய்ய சிமென்ட் தொட்டிகள் என நிறையவே செலவு ஆகிவிட்டது. இந்நிலையில்தான் 'ஜீரோ பட்ஜெட்' பற்றி தெரிந்துகொண்டேன். எல்லாவற்றையும் இழுத்து மூடிவிட்டு ஜீவாமிர்தம் என்பதற்கு மாறிவிட்டேன். நெடுநெடுவென்று வளர்ந்து நிற்கும் குமரி கணக்காக வாழைகள் பூத்தன... குலைவிட்டன. ஆனால், காய்கள் சூம்பிப்போன விரல்களைப் போல சிறுத்தே கிடக்கின்றன"என்று கலங்கியவர்,

"நல்ல வேளை, குருஜியை (பாலேக்கரை அப்படித்தான் அழைக்கிறார்கள்) எங்கள் தோட்டத்துக்கு கடவுள் அனுப்பியுள்ளார்" என்று சொல்லி முகம் மலர்ந்தார்.

சட்டென்று மண்ணை அள்ளிப் பார்த்தார் பாலேக்கர்... மறு நிமிடமே, "என்னம்மா இப்படி செய்து விட்டாய். பூமியில நைட்ரஜனே இல்லையே... நைட்ரஜன் இருப்பெல்லாம் தீர்ந்து விட்டது. ஏன் மல்சிங் (மூடாக்கு) செய்யவில்லை? அவரை, துவரை, தட்டை எல்லாம் ஊடுபயிர்களாகப் போட்டிருந்தால்தானே அவையெல்லாம் காற்றிலிருந்து நைட்ரஜனைக் கிரகித்து வாழைக்கு

இலைகருகல் நோய்க்கு மருந்து!

ஜோதியின் தோட்டம் இருக்கும் பகுதியில் நாகேஷ் என்ற விவசாயியும் 'ஜீரோ பட்ஜெட்' முறையில் பலனடைந்து வருகிறார். அங்கேயும் பாலேக்கர் எட்டிப்பார்த்தார். இரண்டு ஏக்கர் வாழை போட்டிருக்கிறார் நாகேஷ். ஒரு பகுதியில் வாழை அம்சமாக வளர்ந்து நிற்க, இன்னொரு பகுதியில் இலைகருகல் நோய் கண்டு வாடிக்கிடந்தன வாழைகள். பார்த்ததுமே, "தாழ்வான இடத்தில் இருக்கும் வாழைகளில்தான் நோய்த் தாக்கியுள்ளது. ஈரப்பதம் கூடிவிட்டதுதான் காரணம். இரண்டு பார்கள் இடைவெளிவிட்டு, மூன்றாவது பாரில் ஒரு பள்ளம் எடுங்கள். தோட்டத்தின் தாழ்வான பகுதிமுழுக்க இதேபோல இடைவெளிவிட்டு பள்ளமெடுத்தால், ஈரப்பதம் குறைந்து, மண்ணின் தேவாம்சம் மேம்படும். வாழையும் நோயிலிருந்து விடுபட்டு, பசுமைக் கூட்டி குலை தள்ளும்" என்று ஒரு மருத்துவராக ஆலோசனைகளைச் சொன்னார் பாலேக்கர்.

கொடுக்கும். இப்படி பூமியைச் சுத்தமாக துடைத்து வைத்து இருக்கிறீர்களே..?" என்று வருத்தப்பட்டார்.

"இனிமேற்கொண்டு அவரை, துவரை எல்லாம் போட்டால் கதைக்காகாது. முருங்கை, ஆமணக்குச் செடிகளை நடவு செய்யுங்கள். உடனடியாக பலன் கிடைக்கும். இனி, வாழை நடவு செய்யும்போதே ஊடுபயிர்களையும் சேர்த்தே நடவு செய்யவேண்டும். நன்றாக காய்ந்து போன செடி, செத்தைகள், கரும்பு தோகை கொண்டு பூமியை நன்றாக மல்சிங் செய்யவேண்டும்.. இரண்டு அடுக்கு மல்சிங் முக்கியம். அப்போதுதான் மண்ணின் தேவாம்சம் காப்பாற்றப்படும்" என்று சொல்ல, எல்லாவற்றையும் குறிப்பெடுத்துக் கொண்டார் ஜோதி.

அடுத்து, தேவாம்சம் என்கிற நான்காவது சக்கரத்தைப் பற்றி பாலேக்கர் விவரித்தார் (ஜீவாமிர்தம், பீஜாமிர்தம், மல்சிங் பற்றி முன்பே பார்த்திருக்கிறோம்).

"நான்காவது சக்கரம் கொஞ்சம் சிக்கலானது. மண்ணுக்கு மண் மாறுபடும். ஆனால், சிரமமானது இல்லை. 'தேவாம்சம் உள்ள மண்' என்றால் உயிர் உள்ள மண், காற்றோட்டம் உள்ள மண் என்று பொருள். மண்ணுக்கு உயிர் இருக்கிறதா... இருக்கிறது! கோடிக்கணக்கான நுண்ணியிரிகள் நிறைந்த மண்.. மண்புழுக்கள் மண்டி கிடக்கும் மண்.

| ஜீரோ பட்ஜெட் |

அத்தகைய உயிர் உள்ள மண்ணிலிருந்துதான் உணவு தயாரிக்கும் தொழிற்சாலைகளான இலைகளுக்கு நீர் செல்கின்றது. செடிகளின் வேர்களில் மோட்டார் இல்லை... செடிகளுக்கு முதலை போல் பெரிய வாயும் இல்லை... பிறகு எப்படி நீரை இலைகளுக்கு எடுத்துச் செல்லமுடியும். வாயு வடிவத்தில்தான் வேர்கள் எடுத்து செல்கின்றன. இலை, தழைகள்.. மக்கிய மண்... ஆகியவை ஈரத்தை இழுத்து வைக்கும் ஆற்றல் அதிகம் கொண்டவை. அங்கே நடக்கும் ரசாயன மாற்றத்தின் காரணமாக, தண்ணீர் அதன் மூலக்கூறுகளாக பிரிக்கப்பட்டு, வாயு வடிவான நீர், வேர்கள் மூலமாக இலைகளுக்குச் செல்கின்றன.

எனவே, வயலில் அளவான ஈரப்பதம் இருக்கும்படி பார்க்கவேண்டும். அதற்குத்தான் மல்சிங் மிகமிக அவசியம். அதில் போடப்படும் காய்ந்த இலை, தழைகள் கொஞ்சம் கொஞ்சமாக இத்துப்போய், அதனில் இருக்கும் சத்துக்கள் பூமியில் கலந்து பயிர்களுக்கு ஊக்கத்தை கொடுத்துக் கொண்டே இருக்கும்.

இந்த தேவாம்சம் காப்பாற்றப்பட மல்சிங்கும் அளவான நீரும் மிக முக்கியம். ஜீவாமிர்தமும் சேரும்போது தேவாம்சம் தொடர்ந்து காப்பாற்றப்பட்டு கொண்டே இருக்கும்.

ஆனால், ஜோதியின் வாழைத்தோட்டத்தில் தேவாம்சம் இல்லை. எனவேதான் காய்கள் சூம்பிக்கிடக்கின்றன. இந்தக் குறை நிவர்த்தி செய்யப்பட 4 சக்கரங்களையும் சரியாக பயன்படுத்தவேண்டும். இந்த முறை வாழையை இப்படியே விட்டுவிடுங்கள். பலன் பார்த்தபிறகு, எல்லாவற்றையும்

ஜோதிக்கு ஆலோசனை தருகிறார் பாலேக்கர்

ஜோதியின் தோட்டத்தில் பாலேக்கர்

அழித்துவிட்டு தேவாம்சத்தோடு புதிதாக தொடருங்கள்" என்று சொன்னார் பாலேக்கர், பக்கத்திலிருந்த வெற்றிலைத் தோட்டத்தில் கண்பதித்தார். புதிதாக 5 ஏக்கரில் ஜீரோ பட்ஜெட் முறைப்படி வெற்றிலை கொடிக்கால் போட்டிருக்கிறார் ஜோதி. அது, முறைப்படி இருப்பது கண்டு பாராட்டிய பாலேக்கர்,

"அகத்திச் செடிகளின் நடுவில் வெற்றிலை நடவு போட்டிருக்கிறீர்கள். ஆனால், அகத்திச் செடிகள் நிறைய இருக்கின்றன. வெற்றிலைக் கொடிகள் படரத்தேவையான அளவுக்கு அகத்திச் செடிகளை விட்டுவிட்டு, மீதிச் செடிகளை வெட்டி மல்சிங் போட்டுவிடுங்கள்" என்று ஆலோசனைச் சொன்ன பாலேக்கர், அங்கிருந்து புறப்பட்டார்.

சோள ரொட்டி, பலவகை காரச் சட்டினி என்று கிராமிய மணம் கமழும் விருந்து கொடுத்து அனைவரையும் அசத்தி வழிஅனுப்பினார் ஜோதி.

13

1 குவிண்டால், 4 ஆயிரம் ரூபாய்

இந்தியாவைப் பொறுத்தவரை மஞ்சளுக்கு இரண்டு முக்கிய கேந்திரங்கள் உண்டு. ஒன்று ஈரோடு, மற்றொன்று மகாராஷ்டிர மாநிலம் சாங்கிலி. இரண்டு சந்தைகளிலுமே மஞ்சள் மணம் எப்போதும் வீசிக்கொண்டே இருக்கும்.

விளைவித்த மஞ்சளுக்கு உரிய விலை கிடைக்கவில்லை என்றால், அதை வீட்டிலேயே இருப்பு வைத்து, விலை கூடும்போது விற்பது நம் விவசாயிகளின் வாடிக்கை. இப்போது மஞ்சளின் விலை நாடு முழுக்கவே கொஞ்சம் இறங்குமுகம்தான். நாடு முழுக்க பலருடைய மஞ்சளும் வீட்டுக்குள்ளேயே குவிந்து கிடக்கிறது. ஒரு குவிண்டால் அதிகபட்சமாக இரண்டாயிரம் ரூபாய்க்கு போனாலே அதிசயம் என்கிற நிலை. ஆனால், ருத்ரப்பா தோட்டத்து மஞ்சளை மட்டும் 4,000 ஆயிரம் ரூபாய் கொடுத்து தோட்டத் துக்கே சென்று வியாபாரிகள் அள்ளிவருவதுதான் வாடிக்கையாக இருக்கிறது.

விலை ஏறுமுக காலமோ... அல்லது இறங்குமுக காலமோ... என்றைக்குமே இந்த அதிசயம்தான் ருத்ரப்பாவின் (அலைபேசி: 099016 - 15773) தோட்டத்தில். இந்தக் காட்சியைப் பார்த்து விவசாயிகள் பலரும் பேச்சற்று நிற்கிறார்கள். வேளாண் பல்கலைக்கழக வல்லுநர்கள், விவசாய விஞ்ஞானிகள், கர்நாடக அரசின் விவசாயத்துறை அதிகாரிகள் என்று பலரும் தோட்டத்தைச் சுற்றிச்சுற்றி வந்து தோண்டி துருவிக் கொண்டு இருக்கிறார்கள்.

விந்தை புரியாமல் விஞ்ஞானிகள் குழம்பிக் கிடக்க, ருத்ரப்பாவோ... “எல்லாம் ஜீவாமிர்த

சூட்சுமம்தான்” என்று சொல்லிச் சிரிக்கிறார்.

மகாராஷ்டிர மாநில எல்லையை ஒட்டி ஜம்கண்டி மலைப்பிரதேசத்தில் விரிந்து கிடக்கிறது கர்நாடக மாநிலம். ஜம்கண்டியிலிருந்து 5 கி.மீ. தொலைவில் பதவிசாக படுத்திருக்கிறது உளியால் என்ற அழகிய மலைக்கிராமம். கரும்புதான் இங்கு பிரதான விவசாயம். ருத்ரப்பாவைப் போன்று ஒரு சில முன்னோடி விவசாயிகள் மட்டும் மஞ்சள், மக்காச்சோளம், கத்தரி என மாறுபட்ட பயிர்களை கையில் எடுத்து அசத்தி வருகின்றனர்.

சூல் கட்டிய மக்காச்சோளம்

‘ஜீரோ பட்ஜெட்’ பிதாமகரான சுபாஷ் பாலேக்கர், கர்நாடக மாநிலம், பீஜாப்பூரில் நடத்திய பயிற்சி வகுப்பில் வைத்து ருத்ரப்பாவைச் சந்தித்தேன். அதுதான் முதல் சந்திப்பு. வெள்ளைவெளேர் என்று முழுக்கால் மற்றும் முழுக்கைச் சட்டையில் ஒரு கல்லூரி மாணவரைப் போல் அன்றைக்கு காட்சி தந்தார் ருத்ரப்பா.

அதே நினைப்போடு, அவரைத்தேடி உளியால் கிராமத்துக்குப் போனபோது, ஆளை அடையாளம் காணாமல் கண்கள் அலைமோதின. ஆனால், அவரோ நம்மை அடையாளம் கண்டுகொண்டுவிட்டார். தான் ஓட்டிக்கொண்டிருந்த ஏரை நிறுத்திவிட்டு, “வாங்க... வாங்க” என்று பாசத்தோடு வந்து நம்முன் நின்ற போது, ‘கல்லூரி மாணவரைப்போல அன்று தோற்றமளித்த அந்த உருவமா இன்று உளுந்து காட்டில் உழவு செய்து கொண்டு இருக்கிறது?’ என்று உண்மையிலேயே ஆச்சர்யப்பட்டுத்தான் போனோம்.

“என்ன நீங்களே உழவு செய்கிறீர்கள்... ஆட்கள் யாரையும் வைத்துக் கொள்ளவில்லையா...?” என்று கேட்டதுதான் தாமதம்...

“ஜீரோ பட்ஜெட் விவசாயத்தின் சிறப்பே ஆட்கள் அதிகம் தேவை இல்லை என்பதுதானே...” என்று சொல்லி பகபகவென சிரித்தவர்,

“ஆனால்... இந்த வருடம், கடந்த இரண்டு மாதங்களாக கடுமையான மழை. அதனால் வெள்ளாமைக் காட்டில் வேண்டாத

ஜீரோ பட்ஜெட்

களைகள் அதிகமாகவே முளைத்துவிட்டன. களை பறிக்க மட்டும் அதிக ஆட்களை பயன்படுத்த வேண்டியதாகிவிட்டது. இல்லையேல் களை என்ற பேச்சுக்கே இடம் இல்லை. நடவு செய்துவிட்டால் போதும்... அறுவடை வரைக்கும் சும்மாவே இருக்கலாம். அவ்வப்போது சிறுசிறு வேலைகள் இருக்கும். அதை குடும்பத்தில் உள்ளவர்களே செய்து விடுவோம்" என்று சொன்னவர்,

"சற்றுத் தள்ளி அந்தச் சாலைகளில் நடந்து வாருங்கள். தயவுசெய்து வயலின் கரைமேல் கால் பதித்து விடாதீர்கள். கரை இறுகிப் போவதோடு, அங்கே குடியிருக்கும் நண்பர்களின் பணிக்கு இடையூறும் ஏற்பட்டுவிடும்" என்று சொன்னார்.

"என்னது கரையில் நண்பர்கள் குடியிருக்கிறார்களா...?" என்று அதிசயித்தபடியே நாம் பார்க்க... அங்கே சுருள் சுருளாக மண் குவியல்கள் இருப்பதைக் காட்டியவர், "இது என்ன தெரிகிறதா... எங்கிருந்து வந்தது எனத் தெரிகிறதா..?" என்று கேள்விகளை வீசினார்.

விடை தெரியாமல் நம் விழிகள் விரிவதைப் பார்த்து... "என் நண்பர்கள் மண்புழுக்கள்... இது அவற்றின் கழிவு. இந்தக் கழிவுகள்தான் எமது விவசாயச் சாதனைக்கு மூலகாரணம்..." என்று அவரே விடை கொடுத்தார்.

"அதுசரி... மண்புழுக்கள் எப்படி முயல் புழுக்கை, ஆட்டுப் புழுக்கை சைஸில் கழிவை போட முடியும்?" -இந்த முறை நாம் அதிர்ச்சியில் உறைந்தோம்.

பசுமையான மஞ்சள் வயல்

நம்மை அருகில் அழைத்து, ஒரு கையால் மண்ணைக் கிளறினார். அரை அடி ஆழம் கூட தோண்டப்படவில்லை. மண்ணே கண்ணுக்கு தெரியாத அளவுக்கு 'கொசகொச'வென்று மண்புழுக்கள் நெளிந்துகொண்டிருந்தன. அதைப்பார்த்ததுமே மனசு நெகிழ்ந்துபோனது. 30 வருடங்களுக்குப் பிறகு மலைக்குவியல் போன்று மண்புழுக்களைப் பார்த்த மகிழ்ச்சி இதயத்தில் இறக்கைக் கட்டியது!

நெளியும் மண்புழுக்கள்

ஒரே ஒரு கைப்பிடி மண்ணை எடுத்தார். அதில் முடங்கிக் கிடந்த மண்புழுக்களை மட்டுமே பிரித்து எடுத்து நம் கைகளில் அள்ளிப்போட்டார். 'மலைப்பாம்பு குட்டிகளோ' எனும் அளவுக்கு நீள நீளமாக நெளிந்து நம்மைத் திகைப்பில் ஆழ்த்தின அந்தப் புழுக்கள்.

"இத்தனை நண்பர்களும் வயலுக்குள் வீடு கட்டி 24 மணி நேரமும் நமக்காக உரம், உப்பு தயாரித்துக் கொண்டே இருக்கும் போது ரசாயன உரங்கள் எதற்கு? மண்புழுவின் கழிவில், 21 வகையான நுண்ணூட்டச் சத்துக்களும், தாவரங்களை வேகமாக வளர வைக்கும் ஹார்மோன்களும், என்ஸைம்களும் இருப்பதால் கடன்பட்டு கடைக்குச் செல்ல வேண்டியதில்லை" என்று சொன்ன ருத்ரப்பா, தன்னுடைய மஞ்சள் மகிமை பற்றி ஆரம்பித்தார்.

"மஞ்சளில் பல ரகங்கள் இருந்தாலும்.. கடப்பா ரகம், சேலம் ரகம், ராஜபுரி ரகம் என்று ஒரு சில மட்டுமே தற்போது வழக்கத்தில் உள்ளன. இதில் சேலம் ரகமே சிறந்தது... தரம், குணம் இரண்டும் கூடுதலாக இருக்கிறது. இந்த ரகத்துக்குத்தான் கூடுதல் விலை கிடைக்கும். கடப்பா ரகம் கூடுதல் விளைச்சல் கொடுத்தாலும், முடிவில் சேலம் ரகமே விவசாயிகளுக்கு லாபகரமானது. நானும் சேலம் ரகமே பயிர் செய்து வருகிறேன்.

ஒரு ஏக்கருக்கு 10 முதல் 12 குவிண்டால் கிழங்கு மஞ்சள், அதாவது விதை மஞ்சள் தேவைப்படும். பூமியை இரண்டுமுறை மரக்கலப்பையால் உழுதால் போதுமானது. இயந்திரக் கலப்பையோ டிராக்டரோ கொண்டு உழுதால் பூமி கெட்டி ஆகிவிடும். மரக்கலப்பையே சிறந்தது. 4 அடிக்கு ஒரு பார் அமைக்க

ஜீவாமிர்தம் கலக்குகிறார் ருத்ரப்பா

வேண்டும்.. இரண்டு பார்களுக்கு இடையே 3 அடி அகலத்தில் மண்கரை அமைக்கவேண்டும். அந்தக் கரையின் மேல், 3 வரிசையில் மஞ்சள் கிழங்குகளை நடவு செய்ய வேண்டும். மஞ்சளுக்கு சொட்டுநீர் பாசனம்தான் சிறந்தது. 15 நாட்களுக்கு ஒரு முறை, ஒரு மணி நேரம் ஜீவாமிர்தம் கலந்த நீரைக் கொடுக்கிறேன். இப்போது நீங்கள் பார்த்துக்கொண்டு இருப்பது இரண்டு மாதங்களான மஞ்சள் செடிகள். சொட்டுநீர் பாசனம் என்பதால் வேண்டாத களைகள் முளைப்பது தடுக்கப்படுகிறது.

இந்த வருடம் மழை காரணமாக களைகள் பெருகி மஞ்சள் செடிகள்

முதல்வர் தந்த பரிசு!

கன்னட நாளிதழான 'பிரஜாவாணி' வெளியிட்ட ஒரு கட்டுரைதான் ருத்ரப்பாவின் வாழ்க்கையை புரட்டிப் போட்டிருக்கிறது.

"ஒரு நாள் எதேச்சையாக அந்த நாளிதழைப் படித்துக் கொண்டிருந்தேன். இயற்கை விவசாயத்தின் சிறப்பு... ரசாயன விவசாயத்தின் பாதகம் இதைப் பற்றியெல்லாம் ஒரு கட்டுரையில் விவரித்திருந்தனர். அப்போது நான் பள்ளிப் படிப்பை முடிக்கும் தறுவாயில் இருந்தேன். படிப்பு முடிந்ததுமே அப்பாவிடம் சொல்லிவிட்டு, இயற்கை விவசாயத்தைக் கையில் எடுத்தேன். அதையடுத்து, 'ஜீரோ பட்ஜெட்' சுபாஷ் பாலேக்கரின் அறிமுகம் கிடைத்து அவருடைய பாணியில் விவசாயத்தைத் தொடர ஆரம்பித்தேன்... வெற்றி பெற்றுக் கொண்டே இருக்கிறேன்" என்று குதூகலம் பொங்கச் சொல்லும் ருத்ரப்பா... தன்னுடைய விவசாய சாதனைக்காக கர்நாடக முதல்வர் குமாரசாமியிடம் பரிசு வாங்கியிருக் கிறார். ருத்ரப்பா சார்பாக அவரின் தந்தை பெங்களூரு சென்று அந்த பரிசைப் பெற்று வந்திருக்கிறார்.

கன ஜீவாமிர்தம் தயாரிக்கிறார் ருத்ரப்பா

பாதிப்புக்கு ஆளாகிவிட்டன. களைகளை நீக்கிவிட்டு ஒரு முறை 200 கிலோ கன ஜீவாமிர்தம் கொடுத்தால் போதும்... ஒரே மாதத்தில் பசுமை கட்டிவிடும். பார்களில் நைட்ரஜன் உருவாக்குவதற்கு தட்டைப் பயிர் போட்டுள்ளேன். மேற்கொண்டு ஊடுபயிர்களாக மிளகாய்... ஆங்காங்கே மக்காச்சோளம்... நிழல் கொடுக்க ஆமணக்கு விதைத்திருக்கிறேன். 10 மாதங்களில் மஞ்சள் விளைந்துவிடும். மகசூல் 35 முதல் 40 குவிண்டால் கிடைக்கும். அறுவடை செய்து பதப்படுத்திவிட்டால் போதும். சந்தையைத் தேடி அலைய வேண்டியதில்லை. வியாபாரிகளே வீடு தேடி வந்து வாங்கிச்சென்று விடுகிறார்கள்.

அந்த அளவுக்கு ருத்ரப்பா தோட்டத்து மஞ்சளுக்குள் என்ன அதிசயம் ஒளிந்திருக்கிறது? என்கிறீர்களா..!

கட்டுப்படியான விலை...

14

பொய்யும் மெய்யும் ஒரு குடிசையின் தாழ்வாரத்தில் நீண்ட நாள் சேர்ந்து குடித்தனம் நடத்த முடியாது. வறுமையும், ஜனநாயகமும் ஒரு நாட்டில் நீண்ட காலம் ஒற்றுமையோடு 'உலா' வரமுடியாது. அதுபோல ரசாயன விவசாயம், இயற்கை விவசாயம் எப்போதும் தொடர்ந்து கைகுலுக்கிக் கொண்டு இருக்க முடியாது.

எது சிறந்தது என்பதை விவசாயிகள்தான் முடிவு செய்யவேண்டும். வேளாண் வியாபாரிகளோ... விஞ்ஞான வியாபாரிகளோ... அரசியல் வியாபாரிகளோ... ஓட்டு வியாபாரிகளோ... முடிவு செய்யக் கூடாது.

விவசாயிகளின் வாழ்க்கைத்தரம், விவசாயக் குடும்பங்களில் காணப்படும் அகமகிழ்ச்சி. அகத்தில், புறத்தில் காணப்படும் செழுமைதான் வெளி உலகுக்கு விவசாயிகளை அறிமுகப்படுத்த வேண்டும். தற்கொலை, கடன், ஜப்தி இதெல்லாம் விவசாயிகளை விளம்பரப்படுத்தக் கூடாது.

நாம் சந்தித்த கர்நாடகாவின் ஜம்கண்டி அருகேயுள்ள உளியால் கிராமத்தைச் சேர்ந்த விவசாயி ருத்திரப்பா, கடனை மட்டும் காலுக்கடியில் போட்டு மிதிக்கவில்லை... வீதிகளில், மார்க்கெட்டுகளில்... கேவலமாக, அற்ப ஜந்துக்களாகப் பார்க்கப்படும் விவசாயிகளின் அவல நிலையையே மாற்றிப்போட்டிருக்கிறார். வியாபாரிகள் அவருடைய வீடுதேடி வந்து, அவர் விளைவித்த மஞ்சளை வாங்க வைத்து, விவசாய வர்க்கத்துக்கே பெருமைச் சேர்த்திருக்கிறார்.

ஊரெல்லாம் ஒரு குவிண்டால் மஞ்சள் 2 ஆயிரம் ரூபாய்க்கு தள்ளாட்டம்

மஞ்சள் வயலில் நிற்கும் ருத்ரப்பா

போட்டுக்கொண்டிருக்க... இவரோ... 4 ஆயிரம் ரூபாய்க்கு விற்றுக் கொண்டிருக்கிறார். இவருடைய மஞ்சளுக்கு மட்டும் அத்தகைய பெருமையைச் சேர்த்துக் கொடுத்த முக்கிய காரணி என்னவென்று அவர் கூற நாம் கேட்பதுதானே நியாயம்!

"அய்யா.. மண்ணும் பெண்ணும் ஒன்று. ஒரு நல்ல திடகாத்திரமான, ஆரோக்கியமான பெண்ணால்தான், நல்ல திடகாத்திரமான, குறைபாடு மற்றும் குறைந்த எடை இல்லாத குழந்தையைப் பெற்று தரமுடியும். அதேபோல நல்ல வளமான மண்ணில்தான், நல்ல நுண்ணூட்டச் சத்துக்கள் நிறைந்த உணவு தானியங்கள் விளையும்.

ஆனால், நாம் என்ன செய்தோம். ஆலைக் கழிவுநீர், சாயப்பட்டறை கழிவுநீர், ரசாயன உரம், பூச்சிக்கொல்லி, களைக்கொல்லி என கண்மண் தெரியாமல் பூமித்தாயின் கருப்பையில் கொட்டியதால் இன்று பூமித்தாய் தீராத நோயால் பீடிக்கப்பட்டு, மரணப் படுக்கையில் கிடக்கிறாள். நோய் பீடிக்கப்பட்ட தாயிடம் பிறக்கும் குழந்தை எப்படி இருக்கும்? சத்து இல்லாமல், சூம்பி, ரத்தச்சோகை நோயால் பிடிக்கப் பட்டு பிறப்பதுபோல, நோயுற்ற பூமியில் தானியங்களும், நுண்ணூட்டச் சத்துகளின்றி வெறும் சக்கையாக பிறக்கின்றன. சக்கையைத் தின்று, தின்று பிறக்கும் குழந்தைகளும், குறைபாடுகளுடன் பிறக்கின்றன. இந்தக் கொடுமைக்கான தீர்வு... பாலேக்கரின் ஜீரோ பட்ஜெட் சூத்திரம் மட்டுமே என்பதைத் தெரிந்துகொண்ட பின்பு.. மண்ணின் வளத்தை மேம்படுத்தினேன்.

ஜீரோ பட்ஜெட்

ஐந்து வருடங்களுக்கு முன்பு ஏக்கருக்கு 20 லோடு வீதம் இயற்கை உரம்... அதாவது சாணி, மக்கிய இலை, தழை தாம்புகள் எனப் போட்டேன். அன்றிலிருந்து இன்று வரை, கனஜீவாமிர்தம், ஜீவாமிர்தம் தவிர எதையும் பூமியில் போட்டதே இல்லை. விளைவு இன்று எமது பூமி ஏராளமான செல்வங்களை சேமித்து, ஃபிக்ஸட் டெபாசிட் செய்து விட்டது. இப்போது கண்களைக் கட்டிக்கொண்டு என்ன விதைத்தாலும், எதிர்ப்பார்ப்பை முறித்துக் கூடுதலாக நல்ல தரத்தோடு... விஷக்கலப்பு இல்லாமல் விளைகிறது. விலையும் கூடுதலாக கிடைக்கிறது" என்று நெஞ்சு நிறைந்த மகிழ்ச்சியைக் கூட்டினார்.

குளிக்கும் சோப்பு, பூசும் மஞ்சள் தூள், அழகு கூட்டும் கிரீம்கள், பச்சரிசி பற்களை பளபளக்க வைக்கும் பற்பொடி... சின்னத்திரையைத் திறந்தால் இப்படி என்னென்னமோ றெக்கைக் கட்டுகின்றன. எல்லாவற்றிலும் 'இயற்கை' என்பதையே தூக்கிப் பிடிக்கிறார்கள். ஆடைகளின் வண்ணங்களைக் கூட்டுவதற்குக்கூட இன்று 'இயற்கை'யைப் பயன்படுத்த ஆரம்பித்துவிட்டார்கள். புற அழகை பராமரிக்கவே இத்தனை இயற்கை சமாச்சாரங்கள் போட்டி போடும்போது, உடலின் அக உறுப்புகளை அப்படியே அனாதைகளாக விட்டுவிட முடியுமா? குறிப்பாக ஜீரண உறுப்புகளை கவனிக்காமல் விட்டால் என்னாகும்?

ஒரு பற்பொடிக்கே 27 மூலிகைப் பொருட்கள் தேவைப்படும்போது... முழு உடம்புக்கும் எத்தனை மூலிகைப் பொருட்கள் தேவைப்படும்?

இந்த சூட்சுமத்தை மனதில் நிறுத்தி முழுமையாக ரசாயன உரங்களை விலக்கி வைத்துவிட்டு, முழுக்க முழுக்க இயற்கை ஜீவாமிர்தம் மட்டுமே பயன்படுத்தி மஞ்சள் பயிர் (மஞ்சள் மட்டுமல்ல.. கத்தரி, மக்காச்சோளம் என இவர் தோட்டத்தில் எல்லாம் இயற்கையே. கர்நாடக முதல்வர் முதல், விவசாய பல்கலைக்கழக பெருமான்கள் வரை இவரை வந்துப் பார்த்து பிரமித்துச் சென்றது தனிக்கதை. அதைப்பற்றி பிறிதொரு சந்தர்ப்பத்தில் பார்ப்போம்) உண்டாக்கி வருகிறார்.

"கன்னடத்தில் வெளிவரும் 'பிரஜாவாணி' பத்திரிகையில் மஞ்சள் பயிர் செய்வதற்குரிய மண், எருவிடும் முறை பற்றியெல்லாம் தெளிவாகவும், விரிவாகவும் எழுதினேன். அதைப் படித்துவிட்டு ஈகோ-பை என்ற நிறுவனம், எமது மஞ்சளை கொஞ்சம் எடுத்துச் சென்று, மைசூரில் உள்ள 'சி.எஃப்.டி.ஆர்.ஐ.' (CFTRI-Central Food and Technolagical Research Institute) அமைப்பின் சோதனைக் கூடத்துக்குக் கொண்டு சென்று சோதித்துப் பார்த்தார்கள். ரசாயன உரத்தின் தாக்கமோ, பூச்சிக்கொல்லிகளின் தாக்கமோ அந்த மஞ்சளில் சிறிதும் இல்லை என்று உறுதி செய்துகொண்டனர். இதையறிந்த பிறகு, மூலிகைகளைப் பயன்படுத்தி உணவுப் பொருட்கள், அழகுப்

இலைகள் எப்படி உணவு தயாரிக்கின்றன?

ஒரு சதுர அடி பசுமையான இலை, ஒரு நாளைக்கு 4.5 கிராம் கார்போஹைட்ரேட் தயாரிக்கிறது. இதற்குத் தேவையான மூலப் பொருட்களை, 98.5% சூரியஒளியிடமிருந்தும், மீதியுள்ள 1.5% மட்டும் பூமி, காற்று, நீர், ஆகாயத்திடமிருந்தும் எடுத்துக்கொள்கிறது. அதாவது பஞ்சபூதங்கள்தான் தாவரங்கள் தயாரிக்கும் உணவின் மூலக்கூறுகள்.

இதுவரை எந்த விஞ்ஞானமும், எந்தப் பல்கலைக்கழகமும், இந்த 4.5 கிராம் உணவைக் கூட்ட முடியவில்லை.

“பிறகு எப்படி ‘பசுமைப் புரட்சி’ வந்ததும் விளைச்சல் கூடியது?” என்றொரு கேள்வி தோன்றுவது இயல்பே.... இங்குதான் சகுனியின் சூழ்ச்சி மறைமுகமாக சபைக்கு வருகிறது.

தாவரங்கள் தாம் தயாரிக்கும் 4.5 கிராம் உணவில், 1.5 கிராம் உணவை தான் உயிர்வாழவும், தனக்கு உதவி செய்யும் நுண்ணுயிரிகள் வாழவும் பிரித்து வழங்கி விடுகிறது. மீதி இருப்பது 3 கிராம். இதில் 1.5 கிராமை விளைச்சலாக அதாவது தானியங்களாக பழங்களாக தமது வம்ச விருத்திக்காக விதைகளாக மாற்றிவிடுகின்றன. மீதி 1.5 கிராம் உணவை தண்டுகளில் சேமித்து வைக்கின்றன.

இந்த விஞ்ஞான சகுனிகள் என்ன செய்தார்கள் தெரியுமா? சேமிப்பை 0.5 கிராமாக முடக்கி, விளைச்சலை 2.5 கிராம் என்பதாக உயர்த்தினர். இதில் சற்று கூட குறைய இருக்கலாம். விளைவு மனிதத் தீனி பெருகியது... மாட்டுத்தீனி சுருங்கியது. 4 ஜோடி மாடுகள் வைத்து பண்ணயம் செய்பவரால் ஒரு பால் மாட்டுக்குக் கூட தீவனம் போட முடியாமல் போனது. விளைவு... மாடுகள் காணாமல் போயின; இயற்கை எருவான சாணி போனது; மரக்கலப்பை உழவு போனது; கடனோடு டிராக்டரும் வந்து சேர்ந்தது. நெல் விளைந்தது; புல் குறைந்தது; விலை சரிந்தது; உழவன் வாழ்வும் சரிந்தது. ரசாயன உரம் வந்தது; பூச்சிக்கொல்லி, களைக்கொல்லி விஷம் வந்தது; அத்தோடு சேர்ந்து நோயும் வந்தது. இதுதான் பசுமைப் புரட்சி செய்த சாதனை!

நெளியும் மண்புழுக்கள்

பொருட்கள், மஞ்சள், குங்குமம் போன்றவற்றைத் தயாரிப்போர் என்னைத் தொடர்பு கொண்டனர். ஒரே நாளில், குவிண்டால் ரூ. 4,000 வீதம் கொடுத்து அள்ளிச் சென்று விட்டனர்.

'தேவை அதிகமாக இருக்கிறது. அதிக விலை கொடுக்கிறோம்' என்று போன் போட்டு துளைத்து எடுக்கின்றனர். எனவே இந்த வருடம் 2 ஏக்கரில் மஞ்சள் பயிர் செய்துள்ளேன். அதைத் தெரிந்து கொண்டு இப்போதே முன்பதிவு செய்யத் தயாராகி விட்டனர் பலரும். இதில் புரோக்கர்கள் வேறு தலை நீட்ட ஆரம்பித்தனர். நான் மறுத்துவிட்டேன்" என்று தெம்பாகச் சொன்னார் ருத்திரப்பா.

கமிஷன் மண்டிகளில் கால்கடுக்க நின்று, புரோக்கர்கள் பின்னால் திரியும் அவலத்தை களைந்து விளைபொருட்களுக்கு வீடு தேடி வந்து விலை நிர்ணயம் செய்யும் சக்தியைப் பெற்றிக்கிறார் ருத்திரப்பா.

"விளைபொருளுக்குக் கட்டுப்படியான விலை வேண்டும் என்று அரசாங்கத்தையும் அதிகாரிகளையும் நோக்கிக் கூச்சல் போட்டுக்கொண்டே இருக்கிறோம். ஆனால், அந்த விஷயம் கூட நம் கட்டுப்பாட்டுக்குள்தான் என்பதை நான் நிரூபித்திருக்கிறேன். எல்லாச் சாதனைக்கும் மூலக் காரணம் பாலேக்கரின் சூத்திரம்தான். பாலேக்கரின் சூத்திரத்தைப் பயன்படுத்தி ஒரு ஏக்கர் நிலத்தில் 35 டன் கத்தரிக்காய் விளைவித்து இருக்கிறேன். எந்தப் பூச்சி மருந்தும் அடித்ததில்லை... சொல்லப்போனால் பாலேக்கரின் 'பிரம்மாஸ்திரம்', 'அக்னி அஸ்திரம்' போன்ற பூச்சி விரட்டிகளைக் கூட நான் பயன்படுத்தவில்லை" என்று சொல்லி வியப்பைக் கூட்டினார் ருத்ரப்பா.

'கத்தரிக்காய் என்றாலே புழுக்கள்தான் எல்லார் கண்முன்பாக வந்து ஆடும். அப்படி இருக்கும்போது இவர் எப்படி அதைச் சாதித்தார்?' என்றுதானே கேட்கறீர்கள்...? இதே கேள்வியோடு வேளாண் கல்லூரி பேராசிரியர்கள் முதல்... விஞ்ஞானிகள் வரை வந்து இவரின் தோட்டத்தைப் பார்த்து வணக்கம் போட்டிருக்கிறார்கள்.

முப்பத்தைந்து ஏக்கருக்கு ஒரே ஒரு தோட்டக்காரன்!

15

ஆறு மாதங்களாக ஓயாமல் கொட்டிக் கொண்டிருந்த மழை கொஞ்சம் ஓய்வு எடுக்க, சந்தர்ப்பம் அறிந்து புகுந்து கொட்டமடிக்க ஆரம்பித்துவிட்டது வெயில். ஆனால், அதெல்லாம் ஒரு பொருட்டாக தெரியாத அளவுக்கு... குளுமை காட்டுகிறது க்ரோஹள்ளி கிராமம். கர்நாடகா மாநிலம், காவிரி பிறந்த குடகு பிரதேசத்தில், மலைமங்கையின் மடியில் மாசுபடாமல் படுத்து உறங்கிக் கொண்டிருக்கிறது அந்த அழகிய கிராமம். மைசூரிலிருந்து 75 கி.மீ. தூரத்திலிருக்கும் அந்த பசுமை கிராமத்தை நகரத்தின் நாகரிக கரங்கள் இன்னும் கபளீகரம் செய்யவில்லை. பாரதிராஜா படத்து 'பளீர் கிராமம்' என்றே இப்போதும் காட்சியளிக்கிறது. நமது கோடம்பாக்கத்துக்காரர்களின் கண்களில் பட்டுவிட்டால், கடைபோட்டு கடைந்து எடுத்து விடுவார்கள். அவர்களை முந்திக்கொண்டு, ஜீரோ பட்ஜெட்டுக்காக முதலில் நாம் கடைவிரித்துவிட்டோம்.

திண்டுக்கல் நகரில் செப்டம்பர் 24 மற்றும் 25-ம் தேதிகளில் 'வேளாண் வித்தகர்' சுபாஷ் பாலேக்கர் கொடுத்த நேரடி பயிற்சிக்குப் பிறகு, தமிழக விவசாயிகளின் நெஞ்சில் 'ஜீரோ பட்ஜெட்' விவசாய முறை பெட்ரோல் குண்டை விட வேகமாகப் பற்றிக் கொண்டுவிட்டது. 'பாரத்தியின் பாக்குத் தோட்டத்தைப் பார்க்க வேண்டும்.' 'கிருஷ்ணப்பாவின் வாழைத் தோட்டத்தைப் பார்க்கவேண்டும்' என அலைபேசியிலும், தொலைபேசியிலும் வழிகேட்டு துளைத்தபடி இருக்கிறார்கள் பசுமை நண்பர்கள்.

அலைபேசி அலறுகிறது... எடுத்துப் பேசினால், 'நாங்க இப்ப ருத்தரப்பவோட தோட்டத்துல

இருக்கோமுங்க... பத்து, முப்பது பேரு வந்திருக் கோமுங்க. அவரை அடையாளம் காட்டினதுக்கு ரொம்ப நன்றிங்க...' என்று கொங்கு தமிழ் முழங்குகிறது. கர்நாடகாவின் ஜம்கண்டியிலி ருக்கும் ருத்தரப்பாவின் மஞ்சள் தோட்டத்தைப் பார்த்து மயங்கிய நிலையில் பேசுகின்றனர் பல்லடத்து விவசாயிகள்.

ஒன்றல்ல... இரண்டல்ல... தினசரி இப்படி எக்கச்சக்க விசாரிப்புகள். கேட்க, கேட்க ஆனந்த வெள்ளத்தில் என் மனம் துள்ளாட்டம் போடுகிறது. இதோ க்ரோஹள்ளி கிராமத்தின் லோக்கேஷ்ராஜ் அர்ஸ் தோட்டத்துக்கு நம் கூடவே கிளம்பி வந்துவிட்டனர் இரண்டு விவசாயிகள் (திருப்பூர் வட்டார உழவர் உழைப்பாளர் கட்சித் தலைவர் இ. பாலசுப்பிரமணியம் மற்றும் மூர்த்தி).

கர்நாடக மாநில முன்னாள் முதல்வர் தேவராஜ் அர்ஸ் கேள்விப்பட்டிருப்பீர்கள். அவரின் பரம்பரையைச் சேர்ந்தவர்தான் இந்த லோக்கேஷ்ராஜ் அர்ஸ். 35 ஏக்கர் நிலத்துக்குச் சொந்தக்காரர். துண்டு நிலத்தைக் கூட விடாமல் விவசாயம் செய்துகொண்டிருக்கிறார். பிரமிப்போடு தோட்டத்தை நோட்டமிடும்போதே... “துணைக்கு ஒரே ஒரு கூலி ஆள் மட்டும்தான்” என்று சொல்லி தூக்கிவாரிப் போட வைக்கும் அர்ஸ், “எல்லாம் பாலேக்கர் புண்ணியம்” என்று குருவணக்கம் செய்கிறார்.

நெல், வாழை, பாக்கு, தென்னை இவைதான் பிரதான விவசாயம். அதிக அளவில் நெல் பயிர் செய்வது இல்லை. காரணம்... விலை இல்லாததுதான். வீட்டுக்காக மட்டும் அளவாக நெல் பயிரிடுகிறார். அந்த அளவே பார்ப்பதற்கு பசுமைத் தீயை மூட்டுகிறது. வயலெங்கும் பசுமைக் கூரைபோட்டு நெல் பயிர் குந்தியிருக்கும்

பலன் தரும் ஊடுபயிர்

‘ஜீரோ பட்ஜெட்’ சித்தாந்தமே... எல்லா செலவுகளும் ஜீரோ என்பதாக இருக்க வேண்டும். நீரின் தேவை 10% முதல் 20% மட்டுமே. ஸ்பிரிங்லர் மூலமாக பாசனம் செய்வது நல்ல முறைதான். நெல், ராகி, நிலக்கடலை போன்ற பயிர்களுக்கு இது மிகவும் ஏற்றது. ஆனால், தோட்டக்கலைப் பயிர்களுக்கு சால் எடுத்து நீர் பாய்ச்சுவதுதான் சிறந்தமுறை. களைகளைக் கட்டுப்படுத்த வசதியாக இருக்கும். சாலில் இலை, தழை, தாம்புகளை நிறைத்து, அதில் ஜீவாமிர்தம் கலந்த கரைசலை விட்டுவிட்டால்... நாள்பட, நாள்பட தழை, தாம்புகள் மக்கி மண்ணாகிவிடும்.

ஊடுபயிர்களாக... மிளகாய், தக்காளி, வெங்காயம், உளுந்து, கொள்ளு என கூட்டிக்கொண்டே போகலாம். ஊடுபயிர்கள் பலன் கொடுப்பதோடு, காற்றில் இருக்கும் நைட்ரஜனை பயிர்களுக்கு எடுத்துக் கொடுக்கும் பணியையும் செய்யும்.

குலை குலையாய் பாக்கு

அழகைப் பார்த்த திருப்பூர் விவசாயிகள், விழிகள் விரிய ஆணி அடித்தாற்போல் அங்கேயே நின்றுவிட்டனர். தோட்டத்தில் வேலைக்கு இருக்கும் பையனைக் கூப்பிட்டு, 'என்னப்பா போட்டீர்கள். இப்படி பசுமை கட்டி இருக்கிறது?' என்று வினாக்களால் துளைத்து எடுக்க ஆரம்பித்துவிட்டனர்.

"எதுவுமே இல்லை. நல்லா பாருங்க... வயல்ல தண்ணிகூட இல்லை. காய்ந்து வெடிப்பே வந்து விட்டது. வாரம் ஒரு முறை ஜீவாமிர்தம் கலந்த நீரைப் பாய்ச்சுகிறேன். வேறு எதுவுமே போடுவது இல்லை" என்று அந்தப் பையன் கூறியதைக் கேட்க, நம்ம ஆட்களுக்கு அதிர்ச்சி கலந்த ஆச்சர்யம்.

"இப்படிக்கூட நெல் விளைவிக்க முடியுமா... நீரும் இல்லை. நிலத்தில் ரசாயன உரமும் இல்லை. ஆனால், பசுமை மட்டும் கண்களைப் பறிக்கிறதே..?!" என்று அவர்கள் வியந்து நிற்க,

| ஜீரோ பட்ஜெட் |

"வழக்கம்போல ரசாயன உரத்தின் துணையோடுதான் மெதுவாக விவசாய வாழ்க்கையைத் துவங்கினேன். சாகுபடிச் செலவுக்கும்... முடிவில் வரவுக்கும் எப்போதும் சடுகுடுதான். இப்படிப்பட்ட இருண்ட சூழலில்தான் பாலேக்கரின் பரிச்சயம் கிடைத்தது. நான்கு வருடங்களாக ஜீவாமிர்தம் மட்டுமே உரம். வேறு எதுவும் கொடுப்பது இல்லை.

நான் போட்டிருக்கிறது ராஜமுடி ரக நெல். 120 நாள் பயிர். நெல்லைப்

லோக்கேஷ்ராஜ்

பொறுத்தவரை இந்தத் தடவைதான் ஜீரோ பட்ஜெட் முறைப்படி விவசாயம் செய்கிறேன். கடந்த தடவை கூட ரசாயன உரம்தான். அதில் 25 மூட்டை வரைக்கும் கிடைக்கும். ஆனால், இந்தத் தடவை முப்பது மூட்டைக்கும் குறையாது. அதிகபட்சமாக 40 மூட்டையையும் தாண்டலாம். பயிர் இப்போது நிற்கும் தேஜஸைப் பார்த்தால் நீங்களே அதைப் புரிந்து கொள்ளலாம். எல்லாம் நாட்டு மாடு கொடுக்கும் உரத்தின் ரகசியம்தான்" என்று மேலும் ஆச்சர்யத்தைக் கூட்டினார்.

இதைக்கேட்டதுமே, "ஊர் திரும்பியதும் முதல் வேலையாக வீட்டில் இருக்கும் கலப்பு மாடுகளை (பாலேக்கர் பாஷையில் பன்றி மாடுகள்) விற்றுவிட்டு, நாட்டு மாட்டுக்கு மாறவேண்டும்" என்று இதயத்தின் அடித்தளத்திலிருந்து அறிவிப்பு செய்தனர் திருப்பூர் விவசாயிகள்.

அடுத்து, வாழையும் பாக்கும் பங்காளிகளாக நிற்கும் தோட்டத்துக்குள் புகுந்தோம்.

"ஏலக்கி (பெங்களூர் ரஸ்தாளி) ரக வாழையைத்தான் பயிரிட்டிருக்கிறேன். ஜீரோ பட்ஜெட் முறைக்கு மாறுவதற்கு முன்பாக 10 கிலோ கூட கொடுக்காத வாழை, இப்போது சராசரியாக 15 கிலோ கொடுக்கிறது. வாழையில் மட்டும் எல்லாச் செலவுகளும் போக ஏக்கருக்கு 80 ஆயிரம் ரூபாய் லாபமாக வருகிறது.

பாக்கு மரங்களைப் பொறுத்தவரை சராசரியாக மரத்துக்கு 5, 6 கிலோ பாக்கு எடுப்பதே பெரிய காரியம். ஆனால், ஜீவாமிர்தம் பாய்ச்சிய நாள் முதல் சராசரியாக 8 கிலோ கிடைக்கிறது. இது மேலும் அதிகரிக்கும் வாய்ப்பு உள்ளது.

வட்டிக் கட்டமுடியாமல், சாகுபடிச் செலவுச் செய்யமுடியாமல் மூச்சுத் திணறிய வாழ்க்கையைப் புரட்டிப் போட்ட மகாத்மாதான் பாலேக்கர்" என்று நெகிழ்ந்தவர்,

"ஆனால், பாலேக்கர் கூறிய பீஜாமிர்தம், ஜீவாமிர்தம், மூடாக்கு,

லோக்கேஷ்ராஜ் நெல்வயலை பார்வையிடும் விவசாயிகள்

தேவாம்சம் இந்த நான்கில் மூடாக்கு போடுவதுதான் எனக்குச் சிரமமாக உள்ளது. காய்ந்த இலை, தழைகளை வைத்து முடிந்தவரை போட்டேன். முழுக்க 35 ஏக்கருக்கும் போடுவது என்பது இயல வில்லை. அதனால், உயிர் மூடாக்கான கொள்ளு, தட்டை, பூசணி போட்டிருக்கிறேன்.

நான் ஸ்பிரிங்க்லர் (தெளிப்பு நீர் பாசனம்) மூலமாக நீரைக் கொடுப்பதால் பூமிப் பரப்பு முழுவதும் ஈரம் பட்டு விடுகிறது. மூடாக்கு சற்றுக் குறைவாக இருப்பதால் களை கொஞ்சம் கூடுதலாக வந்து விடுகிறது. ஆனால், விளைச்சலில் எந்தக் குறையும் இல்லை. வழக்கமாக பெரும் கடன்பட்டு ரசாயன உரம் இட்டு விளைந்த விளைச்சலை விட கூடுதலாகக் கிடைக்கிறது. வேறு என்ன வேண்டும்?

விலைதான் விவசாயிகளைச் சித்திரவதை செய்கிறது. சென்ற வருடம் பாக்கு நல்ல விலைக்குப் போனது. குவிண்டால் ரூ.1,500 வரை விற்றது. விவசாயிகளுக்கும் மகிழ்ச்சி. வேலை ஆட்களுக்கும் மகிழ்ச்சி. அறுவடை கூலி உயர்ந்தது. ஆனால், இந்த வருடம் 1,000 ரூபாயாகக் குறைந்துவிட்டது. அதேசமயம், எகிறிய கூலி மட்டும் குறையவில்லை. இதனால் ஏகப்பட்ட நஷ்டம். இதுபோன்ற பிரச்னைகளை அரசு நுணுக்கமாக ஆராய்ந்து, கட்டுபடியான... நியாயமான... ஏற்ற, இறக்கமற்ற விலை நிர்ணயம் செய்து கொடுத்தால், ஜீரோ பட்ஜெட் விவசாயம் என்பது விவசாயிகளுக்கு ஒரு விடி வெள்ளியாக அமையும்" என்று விடைகொடுத்தார்.

கனமும் அதிகம்... சுவையும் அதிகம்!

16

காவிரியின் தாய் வீடான குடகு மலையின் மடியில் மகிழ்ந்து விளையாடும் க்ரோஹள்ளி கிராமத்தில் 'ஜீரோ பட்ஜெட்' கொடி கட்டிப் பறக்கும் தோட்டத்தை ஏற்கெனவே பார்வையிட்டோம். அந்தத் தோட்டத்தின் சொந்தக்காரர்... கர்நாடக மாநில விவசாய சங்கத்தின் முக்கிய பொறுப்பில் இருக்கும் லோக்கேஷ்ராஜ் அர்ஸ். தன்னை பெரும் வியப்பில் ஆழ்த்தி, வாழ வைத்துக்கொண்டிருக்கும் பாலேக்கரின் ஜீரோ பட்ஜெட்டை அக்கம் பக்கம் கிராம விவசாயிகளிடம் பரப்புவதை தற்போது ஒரு தொண்டாகவே செய்துவருகிறார் லோக்கேஷ்ராஜ்.

அப்படி அவரிடம் பாடம் கற்றவர்களில் அவருடைய அக்கா மகன்களான ஹரீஸ் அர்ஸ் மற்றும் மகேஷ் அர்ஸ் ஆகியோரும் அடக்கம். இந்த விஷயத்தை நம்மிடம் சொல்லி, பிரியபட்டணம் தாலூகாவில் உள்ள தொட்டபேலா கிராமத்தில் இருக்கும் தன்னுடைய அக்காவின் தோட்டத்துக்கு நம்மை அனுப்பி வைத்தார் லோக்கேஷ்ராஜ்.

ஹரீஸ் அர்ஸ், வணிகவியல் பட்டதாரி. மகேஷ் அர்ஸ், பொறியியல் பட்டதாரி. படித்து முடித்துவிட்டு, தகவல் தொழில்நுட்பம், வங்கி, அரசு என்று எந்த வேலைகளுக்கும் முயற்சிக்காமல், முழுமையாக விவசாயத்தில் குதித்துவிட்ட இருவரும், தற்போது கடைபிடிப்பது முழுக்க ஜீரோ பட்ஜெட்!

மதிய நேரத்து சூரியனின் சூடு கொஞ்சம் போல பதம் பார்த்துக் கொண்டிருக்கும் நேரத்தில் அவர்களின் தோட்டத்தில் நுழைந்தோம். குலைகுலையாக காய்த்துத் தொங்கும் தென்னந்தோப்புக்குள் குஷியாக எங்களை

ஹரீஸ் அர்ஸ்

அழைத்துச் சென்றனர். 20 ஏக்கரில் தென்னையும், 10 ஏக்கரில் பாக்கு மரங்களும் பரந்து விரிந்து பூமிக்கு பசுமைப் பந்தல் போட்டிருந்தன. காய்த்து, காய்ந்த நெற்றுத் தேங்காய்கள் ஆங்காங்கே வீழ்ந்து கிடக்கின்றன. களைகள் இஷ்டத்துக்கும் வளர்ந்து கிடக்க... வித்தியாசமான தோற்றத்திலிருக்கும் இயந்திர கத்தி கொண்டு களைகளை கத்தரித்து கொண்டிருந்தார் ஒருவர்.

"இவர் ஒருவர்தான் இந்த 30 ஏக்கரையும் நிர்வகிக்கிறார்" என்று அவரை அறிமுகம் செய்து வைத்த ஹரீஸ் அர்ஸ், தொடர்ந்தார்.

"எல்லோரையும் போல நாங்களும் வழக்கமான ரசாயன உர விவசாயிகளாகத்தான் இருந்தோம். நான்கு ஆண்டுகளாகத்தான் பாலேக்கரின் தத்துவப்படி ஜீரோ பட்ஜெட் விவசாயிகளாக மாறியிருக்கிறோம். இதற்குக் காரணம் எங்களுடைய மாமாதான் (லோக்கேஷ்ராஜ் அர்ஸ்). இந்த விவசாயத்தில் தான் வெற்றி கண்டதையடுத்து, எங்களுக்கும் அதை கற்றுக் கொடுத்ததுதான். எங்களிடம் இருபதுக்கும் அதிகமான நாட்டுப் பசு மாடுகள் இருப்பதால், ஜீவாமிர்தம் தயார் செய்வதில் எந்தச் சிரமமும் இல்லை. அதிகளவில் சாணம் கிடைப்பதால், ஜீவாமிர்தம் தயாரிக்க பீப்பாய்கள் போதவில்லை. எனவே, 10 அடிக்கு 10 அடி நீள, அகலம்... இரண்டு அடி ஆழம் கொண்ட குழி எடுத்து, அதில் பாலிதீன் பேப்பரை விரித்து தொட்டி போல உருவாக்கியுள்ளோம். அதில்தான் ஜீவாமிர்தம் தயாரிக்கிறோம். பிறகு, ஜீவாமிர்தக் கரைசலை, அந்த தொட்டிக்கு கீழ் இருக்கும் மற்றொரு தொட்டிக்கு அனுப்புகிறோம். அதில் கிணற்று நீரையும் கலந்துவிடுவோம். இந்த நீரை தனியாக ஒரு டீசல் என்ஜின் கொண்டு, தெளிப்புநீர் (ஸ்பிரிங்லர்) குழாயுடன் இணைத்துள்ளோம். அதன் மூலமாக

தென்னை மற்றும் பாக்கு மரங்களுக்கு ஜீவாமிர்த பாசனம் நடக்கிறது.

ஜீரோ பட்ஜெட்டின் முக்கியப் பகுதிகளான பீஜாமிர்தம், ஜீவாமிர்தம், மூடாக்கு (Mulching), வாஸ்பா (தேவாம்சம்) என்ற நான்கையும் மனதில் நிறுத்தித்தான் விவசாயம் செய்து வருகிறோம். நாங்கள் பழைய முறைப் படியான விவசாயத்தில் விதைத்தவைதான் இந்த மரங்கள். அதனால் பீஜாமிர்தத்துக்கு வாய்ப்பில்லாமல் போய்விட்டது. என்றாலும் ஜீரோ பட்ஜெட் முறைக்கு மாறிய பிறகு, ஜீவாமிர்தம் மட்டுமே கொடுக்கிறோம். இதுதான் பயிர்களுக்கு உயிர். அதனால் அதை நாங்கள் மிகவும் கவனமாக தயார்செய்து கொடுத்து வருகிறோம். மூன்றாவதான மூடாக்கு போடுவதுதான் எங்களுக்குப் பெரும் பிரச்னை. 30 ஏக்கருக்கு மூடாக்கு என்பது சற்று கடினமான விஷயம். மேலும் தெளிப்புநீர் முறையில் நீர் கொடுப்பதால் பூமிப் பரப்பு எங்கும் நீர் விழும். அதனால் களைகள் அதிகமாக வளர்ந்துவிடுகின்றன. இது ஒன்றுதான் பெரும் பிரச்னையாக இருந்தது.

களைகள் எங்களை கவலையில் போட்டு அமுக்கின. 3 மாதங்களுக்கு ஒரு முறை 50 ஆள், 100 ஆள் என்று ஆட்களை வைத்து களைகளை வெட்டி எடுத்தோம். ஆனால், அவ்வளவு சுலபமாக எங்கள் தோட்டத்துக்கு ஆட்கள் வந்துவிடவில்லை. காரணம், ஆள் உயரப் புதராக களைகள் வளர்ந்து கிடந்ததால் பாம்புகள் படையெடுத்து வந்து குடிபுகுந்து விட்டதுதான். அதனால், காட்டுக்குள் கால் வைக்கவே பயப்பட்டனர். ‘அடடா... பாலேக்கர் சித்தாந்தத்துக்கு மாறி தவறு செய்து விட்டோமோ?’ என்று கூட சிந்தனை ஓட ஆரம்பித்தது. என்ன செய்வது என்று தெரியாமல் கை பிசைந்து நின்றோம். இந்த இக்கட்டான நிலையில்தான் டீசலில் இயங்கும் ஒரு சிறிய மோட்டாருடன் இணைக்கப்பட்ட ஒரு 4 அடி பைப், அதன் நுனியில் இரண்டு பிளேடுகள் கொண்ட கருவி ஒன்றிருக்கிறது. தெளிப்பான் (ஸ்பிரேயர்) போல அதை முதுகில் மாட்டிக்கொண்டு, ஒரே ஆள் நாள் ஒன்றுக்கு ஒரு ஏக்கர் வரை களைகளை வெட்டி எடுக்கமுடியும் என்றொரு விஷயத்தைக் கேள்விப்பட்டோம். உடனடியாக அதை வாங்கிவந்து எங்கள் தோட்டத்திலும் பயன்படுத்த ஆரம்பித்துவிட்டோம்.

இத்தாலிய நாட்டுத் தயாரிப்பான இயந்திர களை வெட்டும் கருவியின் விலை 26 ஆயிரம் ரூபாய். இந்தக் கருவியை வாங்க, மாநில மற்றும் மத்திய அரசுகள் 50% மானியம் கொடுக்கின்றன. மீதித் தொகையை நாம் போடவேண்டும். இந்தக் கருவியை நாங்கள் மைசூரில் வாங்கினோம்” என்று கருவி கதை சொன்ன ஹரீஸ்,

“வெட்டப்பட்ட களைகள் இப்போது மூடாக்காக மாறிவிட்டன. ஒரே கல்லில் இரண்டு மாங்காய் அடித்துவிட்ட மகிழ்ச்சியோடு விவசாயத்தை மேற்கொண்டு வருகிறோம்” என்று நிறுத்தினார்.

உயர்ந்தோங்கிய பாக்கு மரங்களுக்கிடையில் மகேஷ் அர்ஸ்

தென்னையில், ஆங்காங்கே ஒரு சில இடங்களில் இலைக்கருகல் நோய் காணப்பட்டதைச் சுட்டிக் காட்டி, "இலையில் இருக்கும் பச்சையத்தை பூச்சிகள் சுரண்டி இருக்கிறதே" என்றோம்.

இதற்கு மகேஷ் அர்ஸ் பதில் தந்தார். "அதையேன் கேட்கிறீர்கள். ஒரு கட்டத்தில் குருத்து மட்டைகளைத் தவிர அனைத்து மட்டைகளின் பச்சையத்தை சுரண்டி எடுக்கும் பூச்சிகளின்

தாக்குதலால் மட்டைகள் கருகிவிட்டன. தோப்பையே அழித்து விடலாமா என்று கூட கலங்கிப் போனோம். மீண்டும் பாலேக்கரின் ஆலோசனைகள்தான் எங்களுக்கு கை கொடுத்தது. 'ஜீவாமிர்தத்தை இன்னும் கொஞ்சம் கூடுதலாக கொடுங்கள்' என்றார். எங்களிடம் இருபது பசு மாடுகள் இருப்பதால், ஒரு நாள் விட்டு ஒரு நாள் தொடர்ந்து ஜீவாமிர்தம் கொடுத்தோம். கொஞ்சம் கொஞ்சமாக மரங்களில் பசுமைத் துளிர்க்க ஆரம்பித்தது. மீண்டும் எங்கள் இதயத்தில் மகிழ்ச்சி மத்தளம் கொட்டியது. இந்த இரண்டு வருடங்களில் தோப்பு முழுக்க பசுமைக் கூடியதோடு, மரத்துக்கு 150 முதல் 250 காய்கள் வரை கிடைக்கின்றன. ஆக, ஜீவாமிர்தம் கொடுத்தால் நோய் எதிர்ப்பு சக்தியும் கூடுகிறது" என்று பெருமிதத்துடன் கூறிய மகேஷ்,

"இன்னொரு அதிசயமும் இங்கே நடந்திருக்கிறது" என்று ஆவலைத் தூண்டிவிட்டார்.

தோட்டத்து வேலை ஆளிடம் ஒரு தேங்காயை வாங்கி உடைத்து நம்மிடம் காண்பித்தார்.

"எல்லா தேங்காயிலும் இருப்பது போல இதிலும் பருப்புதானே இருக்கிறது" என்றோம்.

"பாம் இருக்கும் என்று நினைத்தீர்களோ...?" என்று நக்கலடித்துச் சிரித்த மகேஷ்,

"இந்தத் தேங்காய் பருப்பின் கனத்தைப் பாருங்கள். ஜீவாமிர்தம் கொடுப்பதற்கு முன்பு கிடைத்த பருப்பின் கனத்தை விட 20 முதல் 30% வரை பருப்பின் கனம் கூடி இருக்கிறது" என்று சொல்லி ஆச்சர்யப்படுத்தினார்.

அதன் பிறகே நாமும் அந்த அதிசயத்தை உணர்ந்து, தேங்காயை கொஞ்சம் சுவைத்தும் பார்த்தோம். கனம் மட்டுமல்ல, மிகவும் ருசி கூடிப்போனதாகவும் இருந்தது.

ஊடுபயிர்களாக மிளகு, ஏலம்... தழைச்சத்துக்கான கிளரிசீடியா செடிகள் என்று தோட்டம் முழுக்க விளைந்து கிடக்கின்றன.

ஜிலு ஜிலு ஜீரோ குண்டு மல்லி!

17

மதுரை என்றாலே மல்லிகைப் பூவும் நினைவுக்கு வந்துவிடும். அந்த அளவுக்கு மதுரை வட்டாரத்தில் மல்லிகை விவசாயம் மணம் பரப்பிக் கொண்டிருக்கிறது. இதில், கொடைரோடு பகுதியில் விளையும் குண்டுமல்லி பூவுக்கு சந்தையில் எப்போதுமே தனி மவுசுதான்!

'மலர்களின் ராணி' என்றழைக்கப்படும் மல்லிகை, மதுரை சுற்றுவட்டார பகுதிகளில் சுமார் ஐம்பதுக்கும் மேற்பட்ட கிராமங்களில் கிட்டத்தட்ட ஏழாயிரம் ஏக்கர் பரப்பில் பயிரிடப்படுகிறது. "மற்றவங்களுக்கு மணத்தைக் கொடுக்கற மல்லி, எங்களுக்கு பணத்தையும் கொடுக்குது" என்று நன்றிப் பெருக்கோடு பேசுகிறார்கள் கொடைரோடு பகுதியில் குண்டுமல்லி பயிரிட்டுள்ள விவசாயிகள்.

இந்தப் பகுதியில் இயற்கை விவசாய தொழில்நுட்பங்களைப் பயன்படுத்தி மல்லிகை பயிர் செய்து வருகிறார் இன்னசென்ட்பால் (அலைபேசி; 99525-97397). அவரைச் சந்தித்தபோது, "பத்து வருசமா மல்லி சாகுபடி செய்றேன். ஆரம்பத்துல ரசாயனம் போட்டுக்கிட்டிருந்தேன். கொஞ்சநாளைக்கு முன்னாடி காந்திகிராம் பல்கலைக்கழகத்துல இயற்கை விவசாய பயிற்சிக் கொடுத்தாங்க. அதிலிருந்து இயற்கைதான். இருவது சென்ட் நிலத்துல மல்லி போட்டிருக்கேன். மொதல்ல அமிர்தகரைசல்தான் கொடுத்தேன். 'பசுமை விகடன்'ல பாலேக்கரோட 'ஜீரோ பட்ஜெட்' விவசாயம் பத்தி படிச்ச பிறகு, நானே சொந்தமா 'ஜீவாமிர்தம்' தயாரிச்சி பயன்படுத்த ஆரம்பிச்சிட்டேன். ஜீவாமிர்தம் கொடுத்த பின்னாடி செடி பசுமையா இருக்கு. இலைகளும் தளதளனு

| ஜீரோ பட்ஜெட் |

மல்லிகை தோட்டம்

பெரிசாகுது. பூவும் பெருசா வருது. பூச்சி, நோய்த் தாக்குதல் கம்மியா இருக்கு" என்று பூரிப்புடன் சொன்ன இன்னசென்ட், இயற்கைமுறையில் மல்லிகை சாகுபடி செய்யும் முறைகளைப் பாடமாகவே எடுத்தார்.

"கோடை முடிந்ததும் ஆவணி தொடங்கி, கார்த்திகை மாதம் வரை கூட விதைப்புச் செய்யலாம். உழவு ஓட்டுவதற்கு முன்பாக ஏக்கருக்கு 500 கிலோ மண்புழு உரம் தூவ வேண்டும். அதன்பிறகு நன்றாக உழவு ஓட்டிவிட்டு, ஆறடிக்கு ஆறடி இடைவெளி விட்டு ஒரு அடி ஆழத்துக்கு ஆயிரம் குழிகளை எடுக்கவேண்டும். ஒவ்வொரு குழியிலும் இரண்டு பதியன்குச்சிகள் வீதம் நடலாம் (இந்தக் குச்சிகள் ராமநாதபுரம் பகுதியில் விற்கப்படுகின்றன. சமயங்களில் பூ மார்க்கெட்களிலும் கிடைக்கும்). இரண்டு குச்சிகளுமே முளைவிடும் என்றாலும், சமயங்களில ஒன்று போனாலும் இன்னொன்று காப்பாற்றிவிடும். சிலர் மூன்றுக்கு மூன்று அடி இடைவெளியில் நடவு செய்வார்கள். அப்படிச்

செய்வதால், செடிகளுக்குக் காற்றோட்டம் குறைந்து மகசூலும் பாதிக்க வாய்ப்பிருக்கிறது.

நடவு செய்யும்போது செடியின் வேர்களை நான்குபுறமும் நன்றாக பரப்பிவிட்டு, மண்ணைப் போட்டு மூடி, உடனே தண்ணீர் பாய்ச்சவேண்டும். அப்போதுதான் வேர்பிடிப்பு நன்றாக இருக்கும். நான்கு நாளைக்கு ஒரு முறை தண்ணீர் பாய்ச்சலாம். நடவு செய்து முப்பதாவது நாள் செடி தழைத்துவரும். அப்போது, செடிகளின் தூரில் 50 கிராம் வீதம் கடலை புண்ணாக்கு வைக்கலாம். மாதத்துக்கொரு தடவை இப்படி புண்ணாக்கையும், கால் கிலோ அளவுக்கு மண்புழு உரத்தையும் ஒவ்வொரு செடிக்கும் வைப்பது நல்லது. பூ விட ஆரம்பிக்கும் சமயத்தில் ஏக்கருக்கு 200 லிட்டர் ஜீவாமிர்தக் கரைசலை பாசனத் தண்ணீரில் கரைத்துக் கொடுத்துவிடலாம்.

இன்னசென்ட் பால்

அல்போன்சா மேரி

ஜீவாமிர்தக் கரைசல், பஞ்சகவ்யா, இ.எம். இது மூன்றையும் கலந்து செடிகளுக்கு ஸ்பிரே செய்துவிட்டாலே போதும் பூச்சி, நோய்த் தாக்குதலில் இருந்து தப்பித்துவிடலாம். செம்பேன் தாக்குதலும் அதன் காரணமாக புளியம்பூ விழுவதும் (பார்க்க, பெட்டிச் செய்தி பக்கம்-107) குறைந்துவிடும்.

அக்டோபர், நவம்பர் மற்றும் டிசம்பர் மாதங்கள் தவிர, மீதி ஒன்பது மாதங்களுக்கு மகசூல் கிடைக்கும். ஆரம்பத்தில் செடிக்கு நூறு கிராம் அளவுக்கு பூ கிடைக்கும். கொஞ்சங்கொஞ்சமாக கூடி 250 கிராம் வரைக்கும் கிடைக்கும். இயற்கை முறையில் செய்வதால் பூக்கள் நீண்ட நேரத்துக்கு வாடாமல் இருக்கின்றன. அத்தோடு கூடுதல் மணமாகவும் இருக்கின்றன. விலையும் கூடுதலாகக் கிடைக்கிறது. ரசாயனத்தில் விளைந்த பூக்களைவிட கிலோவுக்கு 5 ரூபாய் வரை கூடுதலாகக் கிடைக்கும். ஏக்கருக்கு ஆயிரம் செடி, ஒரு செடியில் இருந்து தினமும் நூறு கிராம் பூ என்று கணக்குப் போட்டாலே, நூறு கிலோ பூ தினசரி கிடைக்கும். சராசரியாக ஏக்கருக்கு 50 கிலோவுக்குக் குறையாது. ஒரு செடியில் 25 நாட்களுக்குப் பூ வரும். பிறகு, இருபது நாட்களுக்கு வராது. சராசரியாக ஒரு செடியிலிருந்து ஒரு வருடத்தில் 150 நாட்களுக்கு பூ கிடைக்கும். சுழற்சி முறையில் பராமரித்தால் ஒன்பது மாதங்களும் பூ பறித்துக்கொண்டே இருக்கலாம்.

விளைவித்த பூவை விற்பதில் எந்தத் தொந்தரவும் இல்லை. கொடைரோடு, திண்டுக்கல், நிலக்கோட்டை என்று மூன்று

| ஜீரோ பட்ஜெட் |

ஒரு ஏக்கரில் இயற்கை முறையில் மல்லிகைப் பூ பயிரிட செலவு-வரவு கணக்கு

விவரம்	செலவு	வரவு
பதியன் குச்சி 2,000	3,000	
உழவு	800	
குழி எடுத்து நடவு	1,000	
மண்புழு உரம்	3,000	
புண்ணாக்கு	500	
இ.எம்.	450	
பஞ்சகவ்யா, ஜீவாமிர்த கரைசல் தயாரிக்க செலவு	500	
அறுவடை கூலி கிலோவுக்கு பத்து ரூபாய் வீதம் 7,500 கிலோவுக்கு	75,000	
சராசரி மகசூல் 50 கிலோ வீதம் 150 நாட்களுக்கு 7,500 கிலோ. கிலோ முப்பது ரூபாய் வீதம்		2,25,000
மொத்தம்	84,250	2,25,000
நிகர லாபம்		1,40,750

மார்க்கெட்டுகள் இருக்கின்றன. திண்டுக்கல் மார்க்கெட்டில்தான் விலை கூடுதலாகக் கிடைக்கும். சில நேரத்தில் சென்ட் தயாரிக்கும் கம்பெனிகாரர்களுக்கும் கொடுப்போம். 1 கிலோ பூ குறைந்தபட்சம் முப்பது ரூபாய்க்கும், அதிகபட்சமாக 500 ரூபாய்க்கும் விலை போகும். நன்கு பராமரித்தால், ஒரு ஏக்கரில் ஆண்டுக்கு ஒரு லட்ச ரூபாய்க்கு குறையாமல் வருமானம் பார்க்கலாம்."

சாகுபடிக் குறிப்புகளையும் விற்பனை வாய்ப்புகளையும் சொல்லி முடித்த இன்னசென்ட், "ஆளும்பேருமா நல்லபடியா தோட்டத்தை பராமரிச்சா, ஒரு ஏக்கர்ல ஒரு நாளைக்கு ஆயிரம்

புளியம் பூ!

மொட்டு துளிர்க்கும் போதே அதன் அடியில் வந்து சேர்ந்துவிடும் செம்பேன் பூச்சி, மொட்டிலுள்ள பச்சையத்தை சுரண்டி எடுத்துவிடும். அந்த இடமே பழுப்பாகிவிடும். இது புளியமரத்தின் பூவைப்போல் உள்ளதால் இதை புளியம்பூ என்கிறார்கள். ஜீவாமிர்தம், பஞ்சகவ்யா, இ.எம். மூன்றையும் கலந்து தெளித்தால் இது கட்டுப்படுவதாக இன்னசென்ட்பால் கூறுகிறார்.

புளியம்பூ நோய் தாக்கிய மல்லிகை

ரூபாய்க்குக் குறையாம வருமானம் பாக்கலாம். அதனால ஒரு தடவை மல்லிகையை நட்டவங்க, வேற பயிர் பக்கம் திரும்பிக்கூட பாக்கமாட்டாங்க" என்றார் முழுநம்பிக்கையுடன்!

ரசாயன உரங்கள் மற்றும் பூச்சி மருந்து பயன்படுத்தும் விவசாயிகளுக்கும் சாகுபடி முறைகள் ஒன்றுதான். ஒரு சில விஷயங்கள் மட்டும் வேறுபடுகின்றன. அதைப்பற்றி சொல்கிறார் இதேபகுதியில் தொடர்ந்து பதினைந்து ஆண்டுகளாக மல்லிகை விவசாயம் செய்துவரும் காமலாபுரத்தைச் சேர்ந்த அல்போன்சாமேரி.

"நவம்பர் மற்றும் டிசம்பர் மாதங்களில் பூ கிடைக்காது. அந்தச் சமயத்தில் செடிகளைக் கவாத்து செய்யவேண்டும். அதற்கு பதிலாக மல்லிகைக் காட்டில் ஆட்டுக்கிடை போட்டு விடுவோம். செடிகளை ஆடுகள் கடித்துத் தின்பதால், இயற்கையாகவே கவாத்து செய்த மாதிரியாகிவிடும். ஆடுகளின் புழுக்கை நிலத்துக்கு ஊட்டமாகிவிடும். கிடை போட்டு முடித்த கையோடு, களை எடுத்து, செடிகளின் தூரில் மண் அணைக்கவேண்டும். ஏக்கருக்கு ரெண்டு மூட்டை டி.ஏ.பி-யும் நுண்ணூட்ட உரமும் கொடுக்கலாம். செடியை லேசாக வாடவிட்டு தண்ணீர் பாய்ச்சுவதும் நல்லது. அடுத்த மாத்தில் மறுபடியும் பூக்க ஆரம்பித்துவிடும்.

பூச்சித் தாக்குதலுக்கு மருந்து அடித்தால் சரியாகிவிடும். பூத்து வருகின்ற சமயத்தில் பொட்டாஷைத் தூவிவிட்டால் பூ வெள்ளை வெளேர் என கண்களைப் பறிக்கும்" என்று முக்கியமான சில குறிப்புகளைக் கொடுத்தார் அல்போன்சாமேரி.

தமிழகத்தில் கால்பதித்த ஜீரோ பட்ஜெட்

18

"உலக வரலாற்றையே கி.மு., கி.பி. என்று பிரித்துப் பார்க்கும் அளவுக்கு ஒரு முக்கியமான நிகழ்வு ஏசு கிறிஸ்துவின் பிறப்பு. அதேபோல, தமிழ்நாட்டு விவசாய வரலாற்றை தி.மு., தி.பி. என்று பிரித்துப்பார்க்க வேண்டிய அளவுக்கு முக்கிய இடத்தைப் பெற்றுவிட்டது திண்டுக்கல்லில் 'பசுமை விகடன்' நடத்திய 'ஜீரோ பட்ஜெட் பயிற்சி வகுப்பு'. என்னுடைய தோட்டத்தில் நடந்து கொண்டிருக்கும் செழிப்பான மாற்றங்களே இதற்கு சாட்சி...!"

- இப்படி உறுதியோடு பேசுகிறார் அனந்தகிருஷ்ணன்.

சென்னையில் இருந்து திண்டிவனம் செல்லும் தேசிய நெடுஞ்சாலையில் சரியாக 100-வது கிலோமீட்டரில் இருக்கிறது தொழுப்பேடு. இங்கிருந்து வலது பக்கமாக விலகி ஆறு கிலோமீட்டர் தூரம் பயணித்தால்... கண்முன்னே விரிகிறது சின்னஞ்சிறு கிராமமான சிறுபேர்பாண்டி. ஏக்கர் கணக்கில் பரந்து கிடக்கும் அந்தப் பண்ணையில் மாஞ்செடிகளுடன் சித்தகத்தி பூக்கள் காற்றில் ஆடியபடி வரவேற்க, அவற்றுக்கு இணையான உற்சாகத்தோடு வரவேற்று அமரச் சொன்ன அனந்தகிருஷ்ணன் (அலைபேசி: 98423-35700), மடை திறந்த வெள்ளமாக வார்த்தைகளை ஓடவிட்டார்.

"புதுச்சேரி பக்கத்தில் உள்ள திருபுவனை கிராமம்தான் சொந்த ஊர். பரம்பரையாக விவசாய குடும்பம். ஆனால், விவசாயத்துக்கு உரிய மரியாதை இல்லாத சூழலில் நிலத்தை எல்லாம் விற்றுவிட்டு

இறால் வளர்ப்பில் இறங்கினார் என்னுடைய அப்பா. நல்ல லாபம் கிடைத்தது. நானும் அதிலேயே இறங்கி சம்பாதிக்க ஆரம்பித்தேன். ஆனால்... வயல், வரப்புகளை பார்க்கும்போதெல்லாம் நெஞ்சுக்குள் பெரிதாக ஏக்கமும், ஆசையும் அலைமோதிக்கொண்டே இருக்கும். அதுதான் இப்படியொரு பண்ணையாக இங்கே விரிந்து கிடக்கிறது.

2004-ம் ஆண்டு இங்கே நிலத்தை வாங்கி விவசாய வேலைகளைத் தொடங்கினேன். மாமரங்களை நடவேண்டும் என்பதுதான் என் ஆசை. மண் வளம் எப்படி இருக்கிறது என்று பரிசோதனை செய்தேன். 'ஐந்து அடிக்கு கீழே சுண்ணாம்பு கற்கள் இருக்கின்றன. எனவே மா போன்ற சில பயிர்கள் வளராது' என்றார்கள்.

'தண்ணீர் எப்படி இருக்கிறது?' என்று ஆய்வுக்கு அனுப்பினேன். வந்த தகவல் மேலும் அதிர்ச்சியை தந்தது, 'உப்பு அதிகமாக இருக்கிறது. பயிர்கள் வளர்வது கொஞ்சம் கஷ்டம்தான்' என்றார்கள்.

இந்தச் சமயத்தில் இயற்கை விவசாயம் பற்றி நிறைய கேள்விப்பட ஆரம்பித்ததால், என்னுடைய நிலத்தின் தன்மை குறித்து, இயற்கை விவசாய வல்லுனர்களிடம் கருத்துக் கேட்டேன். 'கவலையை விடுங்கள். மண்ணில் சுண்ணாம்பு இருந்தாலும் மாமரம் சூப்பராக வளரும். தண்ணீர் பற்றிய கவலையையும் விட்டுத்தள்ளுங்கள்' என்று தெம்பு கொடுத்தார்கள்" என்று முகம் மலரச் சொன்னவர், நம்மையும் அழைத்துக் கொண்டு தோட்டத்துக்குள் நடை போட்டபடியே தொடர்ந்தார்.

"இயற்கை முறை விவசாயம்தான் என்ற தெளிவான முடிவோடு களம் இறங்கினேன். என்னுடைய ஆசைப்படி மாமரங்களை நடவு செய்த நான்... நெல்லி, சப்போட்டா, சாத்துக்குடி என்று விதம்விதமாக

முதல் நாள் பெய்த மழையில் தேங்கி நிற்கும் மழை நீர்...

| ஜீரோ பட்ஜெட் |

அதோ பாருங்க... என்ன செழிப்பு! - அனந்தகிருஷ்ணன்

மரங்களை நடவு செய்தேன். அவற்றுக்கு இயற்கை உரங்களைக் கொடுக்க ஆரம்பித்தேன். இயற்கை விவசாயம் குறித்து எந்தச் செய்தியைக் கேள்விப் பட்டாலும் உடனே அமல்படுத்திப் பார்த்துவிடுவேன். இயற்கை உரங்கள், பூச்சி விரட்டிகள் என்று சொல்லப்பட்ட அனைத்தையும் தயாரித்து செடிகளுக்குத் தெளித்தேன். பழச்செடிகளும் பழுதில்லாமல் வளரத் தொடங்கின.

கையில் காசு இருக்கும்போதெல்லாம் இயற்கை இடுபொருட்களை கொடுத்துக்கொண்டே இருப்பேன். நான் செய்வது எல்லாம் சரியா... தவறா என்று சிந்தித்துப் பார்க்கவில்லை. ரசாயன உரங்களைப் போட்டிருந்தால் நிச்சயமாக பழ மரங்கள் வளர்ந்திருக்காது என்பது தெரியும் என்பதால், எதைப்பற்றியும் யோசிக்காமல் இயற்கை உரங்களை முழுமையாக நம்பி செயல் பட்டுக் கொண்டிருந்தேன்.

இந்த நிலையில்தான், கடந்த 2006 ஜனவரி 'பசுமை விகடன்' இதழ் வெளியானது. வாங்கிப் படிக்க ஆரம்பித்தேன். 'ஜீரோ பட்ஜெட்' விவசாயம் பற்றிய கட்டுரைத் தொடர் தொடங்கியதும், அதை ஊன்றி படிக்கத் தொடங்கினேன். ஏற்கெனவே இயற்கை விவசாயத்தில் பல தொழில்நுட்பங்களைப் பயன்படுத்தி வந்தாலும் சுபாஷ் பாலேக்கர் சொல்லும் ஜீரோ பட்ஜெட் விவசாய முறையில் ஏதோ முக்கியமான விஷயம் இருக்கிறது என்பதை உணரத் தொடங்கினேன். எப்போதுமே அதைப் பற்றிய சிந்தனைதான். இந்தச் சூழலில்தான் செப்டம்பர் 24, 25 தேதிகளில் திண்டுக்கல்லில் பயிற்சி வகுப்பு பற்றிய அறிவிப்பு பசுமை விகடனில் வெளியானது. அதில் கலந்து கொள்வது என்று தீர்மானித்த நான், உடனடியாக

முன்பதிவு செய்தேன். ஆனால், மிகப் பெரிய மாற்றத்தோடு அங்கிருந்து ஊர் திரும்பப் போகிறேன் என்று கனவிலும் நினைக்கவில்லை" என்று நெகிழ்ந்து போனவராகச் சொன்ன அனந்தகிருஷ்ணன், பண்ணையிலிருக்கும் மாட்டுக்கொட்டகை அருகில் போய் நின்றார்.

"திண்டுக்கல்லில் இருந்த இரண்டு நாட்களும் என் மனதில் மண்டிக்கிடந்த பல்வேறு கேள்விகளுக்கு பதில் கிடைத்தது. ஊர் திரும்பிய மறுநாளே, பாலேக்கரின் ஜீரோ பட்ஜெட் முறைகளை என்னுடைய தோட்டத்தில் அமல்படுத்த ஆரம்பித்தேன். 'வெளிநாட்டு மாடுகள் எல்லாம் மாடு வடிவில் உள்ள விலங்கு. அவற்றால் நம் நிலத்துக்கு எந்த லாபமும் இல்லை' என்று பாலேக்கர் சொன்னதை ஆழமாக யோசித்தேன். மொத்தம் 33 மாடுகள் என்னிடம் இருந்தன. அதில் 17 மாடுகள் வெளிநாட்டைச் சேர்ந்த உயர்ஜாதி மாடுகள். அவற்றின் விலையும் அதிகம். ஆனால், அதைப்பற்றி கவலைப்படாமல் வந்த விலைக்கு உடனடியாக விற்று விட்டேன். இப்போது என்னிடம் இருப்பவை அத்தனையும் நம் நாட்டு மாடுகள்தான்" என்றவர், அடுத்ததாக இருந்த கொட்டகைக்கு அழைத்துச் சென்றார்.

"இது மண்புழு உர உற்பத்திக்கூடம். முதல் வேலையாக மாடுகளை விற்ற நான், இரண்டாவதாக செய்தது... மண்புழு உரம் தயாரிப்பதற்காக ஆயிரக் கணக்கில் செலவு செய்து கட்டிக்கொண்டிருந்த கொட்டகை வேலையை பாதியில் நிறுத்தியதுதான். பண்ணையில் 33 மாடுகளை நான் வளர்த்து

எனக்காகவே அவர் சொன்னார்

திண்டுக்கல் பயிற்சி வகுப்பில் பேசும்போது 'ரசாயன விவசாயத்தைக் காட்டிலும் ஆர்கானிக் விவசாயம் செலவு பிடிக்கக் கூடியது' என்று சொல்லியிருந்தார் பாலேக்கர். அதைப்பற்றிக் குறிப்பிட்ட அனந்தகிருஷ்ணன், "எனக்காகவே அவர் அதைச் சொன்னது போல உணர்ந்தேன். இயற்கை இடுபொருட்கள் என்று இத்தனை நாட்களாக நான் கொடுத்து வந்தவற்றை எல்லாம் கணக்குப் போட்டுப் பார்த்தேன். பாலேக்கர் சொன்னது சரிதான் என்பது புரிந்தது. மாதம்தோறும் அந்த இயற்கை இடுப்பொருட்களுக்காக ஆயிரக்கணக்கில் செலவு செய்துவந்தேன். ஆனால், இப்போது இரண்டு மாத காலமாக பாக்கெட்டில் பணம் தங்கி இருக்கிறது. செலவு என்று பார்த்தால் வெல்லம் வாங்குவது மட்டும்தான். அதையும் மூட்டைக் கணக்கில் குறைந்த விலைக்கு வாங்கி வந்து அடுக்கிவிட்டேன்" என்று சிரித்தபடியே சொன்னார்.

ஜீரோ பட்ஜெட்

ஓரங்கட்டப்பட்ட மண்புழு உரம்...

வந்தது பாலுக்காக அல்ல, சாணத்துக்காகத்தான். அந்தச் சாணத்தைக் கொண்டு மாதந்தோறும் ஆறு டன் மண்புழு உரம் தயாரித்து வந்தேன். 'இப்படி உரம் தயாரிப்பது வீணான வேலை. அதிலும் 'ஐசெனியா' என்ற மண்புழுவை வளர்த்தால், உங்கள் நிலத்தில் நச்சுப் பொருட்களை அவை கக்கும். அது மண்புழு அல்ல. புழுவடிவில் உள்ள காளி!' என்று திண்டுக்கல்லில் பாலேக்கர் சொன்னது மற்ற எல்லோரைக் காட்டிலும் எனக்குத்தான் தூக்கிவாரிப் போட்டது. 'ஏற்கெனவே நாம் தயாரித்து வைத்திருக்கும் மண்புழு உரம் டன் கணக்கில் ஒரு பக்கம் குவிந்து கிடக்கிறது; மற்றொரு பக்கம் லட்சக்கணக்கில் மண்புழுக்கள் வளர்ந்து கிடக்கின்றன. அவற்றையெல்லாம் என்ன செய்வது?' என்று அங்கேயே யோசனை ஓட ஆரம்பித்து விட்டது.

ஊர் திரும்பியதும் அவற்றையெல்லாம் ஓரங்கட்டிய நான், 'வேண்டாம் என்று நாமே ஒதுக்கி விட்டோம். அதை மற்றவர்கள் தலையில் கட்டுவது எந்த வகையிலும் நியாயமில்லாத செயல்' என்றபடி சும்மா போட்டு வைத்திருக்கிறேன்" என்றார் உதட்டைப் பிதுக்கியபடி.

மண்புழு உரம் தயாரிப்பதற்காக போடப்பட்ட கொட்டகைகளில் இப்போது கன ஜீவாமிர்தம், ஜீவாமிர்தம் எல்லாம் தயாராகிக் கொண்டிருக்கின்றன.

தொடர்ந்து பேசிய அனந்தகிருஷ்ணன், "ஜீவாமிர்தத்தின் அண்ணனான அமிர்தக் கரைசலை ஏற்கெனவே தயாரித்திருக்கிறேன். அதனால் ஜீவாமிர்தம் தயாரிப்பது சுலபமாகவே இருக்கிறது.

இந்த நிலத்தில் என்னை மிகவும் பயமுறுத்திக் கொண்டிருந்த

உயிர் மூடாக்கு

"மரங்களுக்கு இடையில் கால்வாய் எடுத்ததின் மூலம், அருகிலேயே மேடாகக் கிடக்கும் மண்ணில் சணப்பு, தக்கை, உளுந்து, தட்டைப்பயறு, மக்காச்சோளம், கம்பு, கேழ்வரகு, எள், கொள், ஆமணக்கு, சித்தகத்தி போன்ற விதைகளை விதைத்திருக்கிறேன். ஏக்கருக்கு 22 கிலோ என்ற அளவில் விதைத்திருக்கிறேன். இந்தப் பயிர்கள் எல்லாம் உயிர் மூடாக்காக நிலத்துக்குப் பயன்படும். இவை காய்த்த பின்பு விதைகளை எடுத்துக் கொண்டு செடிகளை வாய்க்காலில் போட்டுவிடுவேன். அவை மட்கி உரமாகவும் மாறும். பயறு வகைச் செடிகளை வளர்ப்பதால், காற்றில் உள்ள தழைச்சத்தை அவை மண்ணில் சேர்க்கின்றன. இதனால் மண்வளம் கூடும். களை எடுக்க வேண்டிய வேலையும் மிச்சமாகிறது.

வழக்கமாக மரங்களுக்கு அருகில் சொட்டுநீர் பாசனம் செய்வதை தவிர்த்து, இரு மர வரிசைக்கு நடுவில் வெட்டப்பட்டிருக்கும் சிறுவாய்க்கால்களில் செய்தாலே போதும். மரத்தின் வேர்கள் அதை இழுத்துக்கொள்ளும். இதனால் நீரின் பயன்பாடு வெகுவாக குறைகிறது. சூரிய ஒளி மூலம் நீர் ஆவியாவதும் தடுக்கப்படுகிறது (அறுவடை செய்து போட்ட பயறு வகை செடிகள் அதைத் தடுக்கும்)" என்று இரண்டு, மூன்று மாங்காய்களை அடித்தார் அனந்தகிருஷ்ணன்.

பழமரங்களுக்கு பாசனம் இந்த வாய்கால் மூலம்தான்...

விஷயம்... தண்ணீர். கொஞ்சம் வறட்சி ஏற்பட்டாலும் தண்ணீருக்கு மிகவும் சிரமப் படவேண்டும். இனி அந்தக் கவலையும் இல்லை" என்றபடியே கேக் வெட்டியது போல, நீளம் நீளமாக கச்சிதமாக வெட்டப்பட்டிருக்கும் கால்வாய்களைக் காட்டி,

"இதுவும் பாலேக்கர் சொன்னதுதான். இரண்டு வரிசை மாமரங்களுக்கு இடையில் இரண்டு அடி ஆழத்தில் வாய்க்கால் எடுத்திருக்கிறேன். நேற்று முன்தினம் பெய்த மழைநீர் தேங்கி நிற்கிறது பாருங்கள். முன்பெல்லாம் மழைபெய்தால் மட, மடவென எல்லா நீரும் ஓடிவிடும். இப்போது தேங்கி இருக்கும் மழைநீரைப் பார்க்கும்போது உடம்பில் புதுத்தெம்பு வருகிறது. இந்த சிறுவாய்க்கால்களின் தூரம் மட்டும் 70 கி.மீ. ஜீவாமிர்தத்தை சொட்டுநீர் பாசனத்தில் கலந்து விடுவதற்காக புதிய தொட்டியைக் கட்டியிருக்கிறேன். ஜீவாமிர்தம் தெளித்தவுடன் மாமரங்கள் செழிப்பாக இருக்கின்றன. பூக்கத் தொடங்கிவிட்டன. ஜீரோ பட்ஜெட் விவசாயத்தில் முதல் மகசூலை சீக்கிரமே பார்க்கப் போகிறேன். இந்தப் பண்ணையில் நான் செய்திருக்கும் ஒவ்வொரு மாற்றத்துக்கும் பின்னணியில் நிற்பது இரண்டே இரண்டுதான். ஒன்று பசுமை விகடன், மற்றது ஜீரோ பட்ஜெட்!

ஆரம்பத்தில் அரை ஏக்கரிலும் ஒரு ஏக்கரிலும்தான் தன்னுடைய தொழில்நுட்பத்தை பரிசோதனை அடிப்படையில் செய்து பார்க்கச் சொன்னார் பாலேக்கர். ஆனால், நான் என்னிடம் இருக்கும் அத்தனை ஏக்கர் நிலத்திலும் ஜீரோ பட்ஜெட் தொழில்நுட்பத்தை பயன்படுத்த ஆரம்பித்துவிட்டேன். 'பாலேக்கர் பல ஆண்டுகள் ஆய்வு செய்து இந்தத் தொழில்நுட்பங்களை சொல்கிறார். அப்படியிருக்கும் போது அரை ஏக்கர், ஒரு ஏக்கர் என்று நாம் வேறு எதற்காக சோதனை செய்து கொண்டிருக்க வேண்டும்' என்றுதான் ஒட்டு மொத்தமாக ஜீரோ பட்ஜெட்டுக்கு மாற்றி விட்டேன். இப்போது என் சிந்தனை முழுவதும் ஜீரோ பட்ஜெட் மீதுதான்.

பாலேக்கர் ஏராளமான விஷயங்களை சொல்லியுள்ளார். அதை ஒவ்வொன்றாக செயல்படுத்திக் கொண்டு வருகிறேன். சரியான தொழில்நுட்பத்தை கையில் எடுத்தால் மற்றத் தொழிலைப்போல் விவசாயத்திலும் ஜெயிக்க முடியும் என்பதை நிரூபிக்கப் போகிறேன்" என்று உறுதிபொங்கச் சொன்னார் அனந்தகிருஷ்ணன்.

கொட்டிக் கொடுக்குது கொடை ஆரஞ்சு!

19

உயரமான இடங்களில் வளர்வதோடு, தம்மை வளர்த்தெடுக்கும் விவசாயிகளையும் பொருளாதார ரீதியில் உயர்த்திக் கொண்டுதான் இருக்கிறது ஆரஞ்சு. தமிழகத்தில் கொடைக்கானல், ஊட்டி, ஏற்காடு என்று கடல் மட்டத்திலிருந்து 1,200 மீட்டருக்கும் உயரமான பகுதிகளில் வெள்ளாமை செய்துவரும் விவசாயிகளுக்கு அமுதசுரபியாகவே இருக்கிறது இந்த ஆரஞ்சு. அந்த வரிசையில், கொடைக்கானலை ஒட்டிக் கொண்டிருக்கும் தாண்டிக்குடி உள்ளிட்ட பகுதிகளிலும் சக்கை போடு போடுகிறது.

தாண்டிக்குடியில் காபி, ஆரஞ்சு, அவகோடா, பலா, இஞ்சி என மலைப்பகுதி வேளாண்மை கொடிகட்டி பறக்கிறது. இங்கு விளையும் ஆரஞ்சுகள் கொடைஆரஞ்சு, கமலாஆரஞ்சு என அழைக்கப்படுகின்றன. இதனுடைய தோல், லேசாக உரித்ததும் கையோடு வந்துவிடுவதால் 'லூஸ் ஜாக்கெட்' எனவும் அழைக்கப்படுகிறது. இந்த ஆரஞ்சு பழங்களில் சாறு அதிகம் இருப்பதோடு, இனிப்புச் சுவையும் கூடுதலாக இருப்பதால் விற்பனையில் இவை சக்கைப் போடு போடுகின்றன.

தாண்டிக்குடியின் மொத்த ஆரஞ்சு விளைபரப்பில், குறிப்பிடத்தக்க அளவுக்கு தன் வசம் வைத்திருப்பவர், இங்கே ஆரஞ்சு சாகுபடியில் பல ஆண்டுகளாக ஈடுபட்டிருக்கும் கதிரேசன் (அலைபேசி: 94863-73767). பொதுவாக மலைப்பகுதிகளில் ரசாயன விவசாயமே மேற்கொள்ளப்பட்டு வரும் நிலையில்... 'ஜீரோ பட்ஜெட்' வித்தையைக் கற்றுக்கொண்டு, இயற்கை வேளாண்மை மூலம் ஆரஞ்சு விளைவிக்க ஆரம்பித்துள்ளார் இந்தக் கதிரேசன்.

ஜீரோ பட்ஜெட்

குலை குலையாய் தொங்கும் கொடை ஆரஞ்சு

"இருபது ஏக்கர்ல ஆரஞ்சு சாகுபடி செய்றேன். ஊடுபயிரா காபி போட்டிருக்கேன். பல வருஷமா ரசாயன உரத்தைப் போட்டுத்தான் விவசாயம் செஞ்சிக்கிட்டிருந்தேன். இந்த நிலையில பசுமை விகடனைப் படிக்க ஆரம்பிச்ச பிறகு, திண்டுக்கல்லுல போன வருஷம் நடந்த 'ஜீரோ பட்ஜெட்' பயிற்சி வகுப்புல கலந்துகிட்டேன். அதுக்குப் பிறகு, கொஞ்சம் கொஞ்சமா இயற்கை விவசாயத்துக்கு மாற ஆரம்பிச்சிருக்கேன்.

என்கிட்ட நாட்டுரக மலைமாடுங்க கொஞ்சம் இருக்கு. அதுகளோட சாணம், கோமியத்தை வெச்சி ஜீவாமிர்தத்தை நானே தயாரிச்சி, தண்ணியோட சேர்த்துப் பாய்ச்சறேன். இதுக்காக தனியா டிரம்மெல்லாம் வெச்சி, குறிப்பிட்ட அளவு ஜீவாமிர்தம், பாசன நீர்ல கலக்கற மாதிரி சில கருவிகளை நான் அமைச்சிருக்கேன். இப்ப பயிர்கள்ல ஒரு தெளிவு தெரியுது. மகசூல் கூடுதலா கிடைக்குது. இதெல்லாம் ஒருபக்கமிருக்க... ரசாயன உரத்தோட செலவு குறைஞ்சி போனது கூடுதல் லாபம்.

என்கிட்ட இப்ப இருக்கிறது எட்டு வருஷ மரங்கள். முழுக்க இயற்கை முறையிலே சாகுபடி செய்றதுக்காகவே தனியா நாலு ஏக்கருல புதுசா ஆரஞ்சு நடப்போறேன். ஜீரோ பட்ஜெட் விவசாயத்துக்கு மாறிட்டாலும், சாம்பல்நோய், பழ ஈ இது ரெண்டையும் சமாளிக்கறதுக்காக இன்னமும் நான் ரசாயன மருந்துகளைத்தான் பயன்படுத்துறேன்..." என்று சொல்லி இடைவெளி கொடுத்த கதிரேசன், அதைப் பற்றி விவரித்தார்.

"ஆரஞ்சு சாகுபடியை அதிகம் பாதிக்கறது சாம்பல்நோய், பழ

ஈ இது ரெண்டும்தான். இதைக் கட்டுப்படுத்த ரசாயன முறையில் கந்தகப் பவுடரை ஒரு ஏக்கருக்கு பத்து கிலோ தூவுவாங்க.. அல்லது நனையும் கந்தகத்தை தண்ணியில கலந்து தெளிப்பாங்க. அடுத்தது, பழ ஈ. இதுங்களோட தாக்குதல் காரணமா அதிகளவு பழம் சேதமாகும். இதைக் கட்டுப்படுத்த கருவாட்டுப் பொறி வைப்பாங்க. அதாவது, பிளாஸ்டிக் பையில தண்ணியை ஊத்தி, அதுல டைக்ளோர் வாஷ் மருந்தை பஞ்சுல நனைச்சி உள்ளே போட்டுடுவாங்க. பாக்கெட் மேலே கருவாட்டுத் துண்டைக் கட்டி, பையின் பக்கவாட்டில் நாலைந்து ஓட்டைகளைப் போட்டு, ஒரு ஏக்கர் நிலத்தில் இருபது இடங்களில் கட்டித் தொங்க விட்டுட்டா... கருவாட்டு வாசனைக்காக அதைத் தேடி ஓடுற ஈயெல்லாம், பாலிதீன் துளை வழியா பைக்குள்ள புகுந்து, அந்த மருந்தை சுவாசிச்சி இறந்துடும்.

இதைத்தான் நானும் செய்துகிட்டிருந்தேன். ஆனா, ஜீரோ பட்ஜெட் முறைக்கு மாறின பிறகு, ‘சுக்கு அஸ்திரா’ கரைசல் பயன்படுத்தினேன். ஆனா, எதிர்பார்த்த பலன் இல்லை. அதனால பழையபடி நனையும் கந்தகம், கருவாட்டுப்பொறி இதைத்தான் இப்போதைக்கு பயன்படுத்திக் கிட்டிருக்கேன். சுக்கு அஸ்திராவை நான் தயாரிச்ச விதம் சரியில்லையா... இல்ல, சாம்பல்நோய், பழ ஈ இது ரெண்டையும் விரட்ட, ஜீரோ பட்ஜெட் முறையில வேற ஏதாவது யோசனை இருக்கானு தெரியல... அதைப் பத்தி பாலேக்கர்கிட்ட கேட்டுச் சொன்னா, புண்ணியமா போகும் (பார்க்கப் பெட்டிச் செய்தி).

பூச்சி, நோய்க்குத்தான் இப்போதைக்கு வழி தெரியல... மத்தபடி ஜீவாமிர்தம், கன ஜீவாமிர்தம் மூலமா... ஆரஞ்சுல நல்ல மகசூல் பார்க்கிறேன். அதேபோல, இந்த சுக்கு அஸ்திரா ஆரஞ்சுக்கு கைகொடுக்கலையே தவிர, காபிக்கு நல்லாவே பயன்படுது. பயிர் ஊக்கமா வளர்றதோட, செடியில காயும் நிறைய பிடிச்சிருக்கு” என்றவர், ஆரஞ்சு சாகுபடி பற்றிய குறிப்புகளைச் சொன்னார். அவை..

செப்டம்பர் முதல் நவம்பர் வரையிலான காலம்தான் ஆரஞ்சு நடவுக்கு மிகவும் ஏற்ற காலமாகும். இந்தப் பருவத்தில் கிடைக்கும் வடகிழக்கு மற்றும் தென்மேற்கு பருவ மழை, பயிர்கள் வளர உதவியாக இருக்கும். ஒட்டுக் கன்றுகள் மூலமோ அல்லது நாற்றுகள் மூலமோ ஆரஞ்சு நடவு செய்யலாம். தடியன்குடிசை என்ற இடத்தில் இருக்கும் தோட்டக்கலை ஆராய்ச்சி நிலையத்திலும், தோட்டக்கலை அலுவலகத்திலும் நாற்றுகள் கிடைக்கும். அரசுப் பண்ணைகளில் ஒரு நாற்று பத்து ரூபாய் விலையில் ஆரம்பித்து, வெவ்வேறு விலையில் கிடைக்கிறது. நம் தோட்டத்தில் இருக்கும் மரங்களிலேயே அதிக மகசூல் கொடுக்கும் மரங்களிலிருந்து விதைகளை எடுத்து நாற்று தயார் செய்வதன் மூலம், நாற்றுகளை

| ஜீரோ பட்ஜெட் |

ஆரஞ்சு ஒரு ஏக்கரில் சாகுபடி செய்ய செலவு-வரவு

விவரம்	செலவு	வரவு
நிலம் சமன்படுத்துதல்	2,000	
குழி எடுத்தல்	1,500	
நாற்று ரூ 10 x 110	1,100	
தொழுவுரம்	3,000	
அறுவடைக் கூலி	12,000	
போக்குவரத்துச் செலவு	6,000	
மொத்த மகசூல் (ரூ 10 x 8,000 கிலோ)		80,000
மொத்தம்	25,600	80,000
நிகர லாபம்		54,400

வெளியில் வாங்கும் செலவைக் குறைக்கலாம். நாற்றுகளாக நடவு செய்து மரங்களை வளர்த்தெடுத்தால், நீண்டகாலம் மகசூல் கிடைக்கும். அதேசமயம், ஒட்டுக் கன்றாக நடவு செய்யும்போது குறுகிய காலத்திலேயே மகசூல் முடிந்துவிடும். ஆனால், ஒட்டுக் கன்று முறை மூலம் மகசூல் அதிகமாகக் கிடைக்கும். ஆரஞ்சு மட்டுமே நடவு செய்து தனித் தோப்பாக பராமரிக்கலாம். ஊடுபயிர் செய்யும்போது கூடுதல் லாபம் கிடைக்க வாய்ப்பிருக்கிறது. குறிப்பாக, காபியை ஊடுபயிர் செய்யும்போது நல்ல வருமானம் கிடைக்கும்.

ஆரஞ்சு நடுவதற்கு தீர்மானித்திருக்கும் இடங்களை சமன்செய்து இருபது அடி இடைவெளியில், இரண்டடி ஆழத்தில் குழியெடுத்து நாற்றுகளை நடவேண்டும். குழி எடுத்ததுமே அதனுள் தொழுவுரத்தைப் போட்டு நடவு செய்யலாம். பிறகு, ஆறு மாதத்துக்கு ஒரு முறை தொழுவுரம் கொடுத்தால் போதும் (ஆரம்பத்தில் ரசாயன உரத்தைப் பயன்படுத்தி மரங்களை வளர்த்தெடுத்திருக்கும் கதிரேசன், தற்போது ஜீரோ பட்ஜெட் முறை விவசாயத்தை மேற்கொண்டிருப்பதால், ஜீவாமிர்தம் மற்றும் கன ஜீவாமிர்தம் ஆகியவை மட்டுமே பயன்படுத்தி வருகிறார்).

ஒட்டுச்செடி மூலம் நடவு செய்தால், மூன்றாம் ஆண்டிலேயே பூவெடுக்க ஆரம்பித்து, கொஞ்சம், கொஞ்சமாக மகசூல் வரும்.

ஐந்தாம் ஆண்டிலிருந்து நல்ல மகசூல் கிடைக்க ஆரம்பிக்கும். நாற்றுகளாக நடவு செய்யும்போது ஐந்தாவது ஆண்டில் பூ வைக்க ஆரம்பித்து, ஏழாம் ஆண்டிலிருந்து நல்ல மகசூல் கிடைக்கும். பொதுவாக ஒவ்வொரு வருடமும் மே மாத கடைசியில் பூவெடுக்கத் தொடங்கி, ஆகஸ்ட் முதல் நவம்பர் வரை பழங்கள் கிடைக்கும். ஒரு ஏக்கரில் சராசரியாக ஏழு டன் மகசூல் கிடைக்கும். ஜீரோ பட்ஜெட் முறைக்கு மாறிய பின் எனக்கு எட்டு டன் மகசூல் கிடைக்கிறது.

அறுவடை முடிந்த பழங்கள் பெரும்பாலும் திருச்சி சந்தைக்குத் தான் போகின்றன. அங்கிருந்து தமிழகத்தின் அனைத்துப் பகுதிகளுக்கும் அனுப்பப்படுகிறது. தாண்டிக்குடி பகுதியில் விளையும் ஆரஞ்சு பழங்கள் கொஞ்சம் சிறியதாக இருப்பதால் ஏற்றுமதிக்கு அதிகம் பயன்படுவதில்லை.

ஒரு கிலோ பழத்தின் விலை தற்சமயம் முப்பது ரூபாய் வரை

பழ ஈ, சாம்பல் நோய்க்கு உடனடி தீர்வு!

ஆரஞ்சு பயிரில் ஏற்பட்டுள்ள பழ ஈ தாக்குதல் மற்றும் சாம்பல் நோய் குறித்து 'ஜீரோ பட்ஜெட்' தொழில்நுட்பத்தை உருவாக்கிய சுபாஷ் பாலேக்கரிடம் கேட்டபோது. அதற்குரிய தீர்வுகளைச் சொன்னார்.

"பழ ஈயை விரட்ட அக்னி அஸ்திரமே போதும். இதைத் தயாரிக்க புகையிலை அரை கிலோ, பச்சை மிளகாய் அரை கிலோ, பூண்டு அரை கிலோ, வேம்பு இலை 5 கிலோ ஆகியவற்றை அரைத்து, 15 லிட்டர் பசுமாட்டு சிறுநீரில் கரைக்க வேண்டும். இதை நான்கு முறை அடுப்பில் கொதிக்க வைத்து இறக்கிக் கொள்ளவும். 48 மணி நேரம் கழித்து சுத்தமான துணியால் வடிகட்டி, 200 லிட்டர் நீரில் கலந்து தெளிக்கவும். இது ஒரு ஏக்கருக்கானது.

பழ ஈ தாக்குதல் உள்ள பிற பயிர்களுக்கும் அக்னி அஸ்திரத்தை தெளித்துக் கட்டுப்படுத்த முடியும். இந்தக் கரைசலை மூன்று மாதம் வரை பாட்டிலில் சேமித்து வைத்திருந்தும் பயன்படுத்தலாம்.

இந்த அக்னி அஸ்திரத்தைத் தெளிப்பதன் மூலமே சாம்பல் நோயும் கட்டுப்படும். அப்படி கட்டுப்படாவிட்டால் மோர் கரைசல் தெளிக்கலாம். 200 லிட்டர் நீரில் 5 லிட்டர் புளித்த மோர் கலந்தால் மோர் கரைசல் தயார். அக்னி அஸ்திரம் தெளித்து, ஐந்து நாட்கள் கழித்து மாலைவேளையில் மோர் கரைசலைத் தெளிக்கவும்.

இந்த இரண்டு தொழில்நுட்பங்களையும் பின்பற்றி பழ ஈ மற்றும் சாம்பல் நோயை கட்டுப்படுத்த முடியும்" என்று சொன்னார்.

இந்தத் தொழில்நுட்பங்கள் குறித்து, உடனடியாக கதிரேசனுக்கும் தெரிவித்துவிட்டோம்.

போகிறது. சமயங்களில் பத்து ரூபாய்க்கு கூட போகும். அதற்கு கீழே குறைந்ததில்லை. ஒரு ஏக்கர் நிலத்தில் ஆண்டுக்கு ஐம்பதாயிரம் ரூபாய்க்குக் குறைவில்லாமல் வருமானம் கிடைக்கும். ஊடுபயிர் வருமானம் தனி.

ஒவ்வொரு பருவத்தின் அறுவடை முடிந்ததும் மரத்தில் உள்ள தேவையற்றக் கிளைகளையும், ஒட்டுக் கன்றாக இருந்தால் கீழே புதிதாக முளைக்கும் வேர்ச் செடி நாற்றுகளையும் வெட்டி எடுத்து விடவேண்டும்.

நாற்றுத் தயாரிப்பு

கதிரேசன்

அதிக மகசூல் கொடுக்கக் கூடிய மரத்திலிருந்து பழங்களை எடுத்து, அதிலிருந்து விதைகளைச் சேகரிக்க வேண்டும். அந்த விதைகளை ஒரு நாள் முழுவதும் நிழலில் காய வைத்து எடுத்து வைத்துக்கொள்ள வேண்டும். ஒரு ஏக்கரில் ஆரஞ்சு நடவு செய்வதற்கு தேவையான கன்றுகளைத் தயாரிக்க... வண்டல் மண், எரு இரண்டையும் கலந்து, இரண்டரை அடி நீளம், இரண்டு அடி அகலத்தில் மேடு பள்ளமில்லாமல் சமமாக ஒரு படுக்கையைத் தயார் செய்ய வேண்டும். சேகரித்த விதைகளை ஒரு அங்குலத்துக்கு ஒன்று என்ற விகிதத்தில் ஊன்ற வேண்டும். விதைகளில் இனிப்பு இருப்பதால், சுவைக்காக எறும்புகள் இந்த விதையைச் சேதப்படுத்தும். அதைத் தடுக்க படுக்கையைச் சுற்றி மண்ணெண்ணெயை ஊற்றி வைக்க வேண்டும். படுக்கையில் தண்ணீர் தேங்கக்கூடாது. அதனால், ஒரு நாள் விட்டு ஒரு நாள் தண்ணீர் தெளிக்கலாம். 45 முதல் 50 நாளில் ஒரு இலை விட்டு செடி வளர்ந்திருக்கும். வேர் சுமார் அரையடி இருக்கும். இந்த நிலையில் நாற்றுகளை படுக்கையிலிருந்து எடுத்து, பிளாஸ்டிக் பைகளில் ஊன்ற வேண்டும். இந்தப் பைகளை நிழலில் வைத்து ஒரு வருடம் வரை பராமரித்து, அதன் பின் நடவு செய்யலாம்.

20

ஜீரோ பட்ஜெட்டில் ஒற்றை நாற்று!

“முன்னயெல்லாம் நெல்லை விளைவிச்சி வெச்சா... அதைக் கொண்டுபோய் வித்துட்டு வர்றதுக்குள்ள என்னைப்பிடி உன்னைப்பிடினு ஆகிப்போயிடும். கொஞ்சம் அதிகமா விளையுதுன்னு தெரிஞ்சாலே விலையைக் குறைச்சிடுவாங்க மண்டிக்கடைக்கார ஆளுங்க. ஆனா, இப்ப விதைக்க ஆரம்பிச்சதுமே... ‘இந்தத் தடவை எனக்கு ரெண்டு மூட்டை வேணும்... எனக்கு நாலு மூட்டை வேணும்’னு ஆளாளுக்கு என்கிட்ட ஒப்பந்தமே போட ஆரம்பிச்சிட்டாங்க. அவங்க கேக்கற அளவுக்கு என்னால கொடுத்து மாளல. எல்லாம் அந்த ஜீரோ பட்ஜெட் மகிமைதான்...”

-இப்படிச் சொல்லிச் சொல்லி மகிழ்ச்சியில் துள்ளிக் குதிக்கிறார் நேதாஜி (அலைபேசி:99402 -67627).

சென்னை, செங்குன்றம் (ரெட்ஹில்ஸ்) அருகில் இருக்கும் ஆங்காடு கிராமத்தைச் சேர்ந்த இவர் பாரம்பரிய விவசாயி. எட்டு ஏக்கரில் நெல் சாகுபடியை மேற்கொண்டு வரும் இந்த நேதாஜியும் ஈரோடு நகரில் நடத்தப்பட்ட ‘ஜீரோ பட்ஜெட் பயிற்சி வகுப்பில் பங்கேற்றார். அங்கே ‘வேளாண் வித்தகர்’ சுபாஷ் பாலேக்கர் கற்றுக் கொடுத்த அத்தனையையும் மிகச் சரியாக மனதில் ஏற்றுக் கொண்டு ஊர் திரும்பியிருக்கிறார். வந்த வேகத்தில், ஜீரோ பட்ஜெட் தொழில்நுட்பத்தை தன்னுடைய நிலத்தில் புகுத்தியவர், தற்போது கொஞ்சம் கொஞ்சமாக வெற்றிப் பாதையில் நடைபோட ஆரம்பித்திருக்கிறார்.

“கத்துக்கிட்ட பாடமும், கண்டுகிட்ட வித்தையும் என்னை கை தூக்கிவிட ஆரம்பிச்சிருக்கு. இதோ

ஜீரோ பட்ஜெட்

நேதாஜியின் நெல் வயல்

நிக்குதே எங்க வீட்டு கோமாதா... இது ஒண்ண வெச்சிதான் இன்னிக்கு எங்களோட எட்டு ஏக்கர் நிலமும் வளம் கொழிக்குது. ஈரோட்டுல இருந்து திரும்பினதுமே 6 ஆயிரம் ரூபாய்க்கு இந்த நாட்டுமாட்டை வாங்கினேன். 'முப்பது ஏக்கர் நிலத்துக்கு உரம் கொடுக்கறதுக்கு ஒரு மாடு போதும்'னு பாலேக்கர் சொன்னார். அதனால, நம்மளோட எட்டு ஏக்கரை இந்த மாட்டை வெச்சி சமாளிக்கிறது பெரிய விஷயமில்லனு தைரியமா களத்துல இறங்கினேன்.

ஜீரோ பட்ஜெட் தொழில்நுட்பத்தை கேக்கறதுக்கும், படிக்கறதுக்கும் எளிமையா இருந்தாலும்... அதைச் செயல்படுத்தும்போது நிறைய சந்தேகங்கள் வரத்தான் செய்யுது. கொஞ்சம் கொஞ்சமா புரிஞ்சிக்கிட்டுதான் செய்யவேண்டியிருக்கு. ரசாயன விவசாயம் மாதிரி, ரெடிமேடா கிடைக்கற உரம், பூச்சிக்கொல்லியை எடுத்து அடிச்சோம்... விளைஞ்சதை வித்தோம்னு இதுல இருக்க முடியாது. இயற்கை வேளாண்மைன்னா... ஆரம்பத்துல கஷ்டப்பட்டுத்தான் ஆகணும். அதை நான் நல்லாவே புரிஞ்சிக்கிட்டேன். இதை கஷ்டம்னு கூட சொல்லக்கூடாது... பயிற்சிக் காலம்னு சொல்லலாம். அதை முடிச்சிட்டா... அப்புறம் சுலபம்தான். அதேபோல, பாலேக்கர் சொல்லியிருக்கற விஷயங்களைத் தெள்ளத்தெளிவா கடைபிடிக்கணும். அதை விட்டுட்டு, நமக்கு ஏற்கெனவே தெரிஞ்ச விஷயங்களை வெச்சிக்கிட்டு அரைகுறையா களத்துல இறங்கினா மொத்தமும் வீணாப்போயிடும்.

ஆரம்பத்துல வேலை கடுமையா இருந்தாலும்... இந்த ஜீரோ பட்ஜெட் மூலமா பல செலவுகள் மிச்சமாகிறது முக்கியமான

விஷயம். அதோட... நஞ்சில்லாத உணவை விளைவிக்கிறோம்கிற மன திருப்தியும் கிடைக்குது" என்று சொன்னவர், வாய்க்கால் ஓரத்தில் பெரிய பாத்திரம் ஒன்றில் வைக்கப்பட்டிருந்த 'ஜீவாமிர்த' கரைசலைக் கலக்கி விட்டபடி தொடர்ந்தார்.

"ஜீரோ பட்ஜெட் விவசாயத்தோட ஆதாரமே ஜீவாமிர்தக் கரைசல்தான். அது ஒண்ணு இருந்தாலே போதும், இயற்கை விவசாயத்துல கரை ஏறிடலாம். என்னோட வயல்ல 20 நாளைக்கு ஒரு தடவை ஜீவாமிர்தத்தைக் கொடுக்கிறேன். நடவு நட்ட 21-ம் நாள் ஆரம்பிச்சி, ஒரு போகத்துக்கு மொத்தம் நாலு தடவை வரை கொடுக்க வேண்டியிருக்கும். இதுல ஒரு தடவை நீம் அஸ்திராவைக் கலந்து கொடுக்கிறேன். கடைசி தடவை கொடுக்கும்போது மோரைக் கலந்துக்கிறேன். அவ்வளவுதான். இதுக்கு வேற எந்த உரமும் தேவை இல்லை.

ஜீவாமிர்தக் கரைசல் தொட்டியை வாய்க்கால் ஓரத்துல நிறுத்தி, அதுல இருக்கற குழாய்கிட்ட ஒரு புனலை வெச்சிடணும். புனலோட கீழ்ப்பகுதி நிலத்துக்கு தண்ணி போற வாய்க்காலுக்கு மேல இருக்கற மாதிரி பார்த்துக்கணும். நிலத்துக்குப் பாயுற பாசன தண்ணியோடு, ஜீவாமிர்தக் கரைசலும் கலந்து எல்லா இடத்துக்கும் பரவிடும். இதன் காரணமா... நம்ம நிலம் முழுக்க மண்புழு நிறைஞ்சிடும்" சொல்லிக்கொண்டே வரப்பு ஓரத்தில் இருந்த மண்ணை லேசாக கையில் அள்ளினார்... 'கொசகொச'வென நெளிய ஆரம்பித்தார்கள் 'உழவனின் நண்பர்'களான மண்புழுக்கள்!

நெல் சாகுபடியில் தான் மேற்கொண்டிருக்கும் ஜீரோ பட்ஜெட்

உழவு நடைபெறுகிறது

| ஜீரோ பட்ஜெட் |

நடவு வேலை நடக்கிறது

இயற்கை விவசாயத்தை நேதாஜி விவரித்தார். அதை பாடமாக தொகுத்திருக்கிறோம்.

ஜீரோ பட்ஜெட் தொழில்நுட்பத்தைப் பயன்படுத்தி வழக்கமான பாணியிலான நடவு மற்றும் ஒற்றை நாற்று நடவு என்று இரண்டு விதமான முறைகளில் நெல் சாகுபடி செய்து வருகிறார் நேதாஜி.

ஒற்றை நாற்று நடவு முறையில் சாகுபடி செய்வதற்கு ஒரு ஏக்கருக்கு 4 கிலோ விதைநெல் தேவைப்படும். விதைகளை முதலில் பீஜாமிர்தக் கரைசலில் ஒரு மணி நேரம் ஊறவைத்து, பிறகு நிழலில் உலர்த்தி, மேட்டுப்பாத்தியான நாற்றங்காலில் விதைக்க வேண்டும். நான்காம் நாள் ஜீவாமிர்தக் கரைசல் கொடுக்கவேண்டும். 15-ம் நாள், அந்த நாற்றுகளைப் பறித்து, வேர்ப் பகுதியை ஜீவாமிர்தக் கரைசலில் நனைத்து, நடவு செய்யவேண்டும்.

இதுவே வழக்கமான பாணி நடவு முறை என்றால் 30 கிலோ விதை தேவைப்படும். வழக்கப்படி நாற்றங்காலில் விதைத்து, உரிய நாள் வந்த பிறகு, நாற்றுகளைப் பறித்து பிறகு நடவு செய்யவேண்டும். இந்த முறையில் சாகுபடி செய்யும் போதும் விதைகளை பீஜாமிர்தத்தில் ஊற வைத்து உலர்த்தித்தான் விதைக்கவேண்டும். அதேபோல நாற்றுகளை ஜீவாமிர்தக் கரைசலில் நனைத்து நடவேண்டும். விதை மற்றும் நாற்றங்கால் முறையில்தான் வித்தியாசம். மற்றபடி நடவில் ஆரம்பித்து அறுவடை வரை ஒரே தொழில்நுட்பம்தான்.

நிலத்தை நன்கு உழவு செய்து நஞ்சையாக்க வேண்டும். மாடுகளை வைத்து உழவு செய்வது நல்லது. இல்லாவிட்டால், பவர் டில்லரை பயன்படுத்தலாம். எக்காரணம் கொண்டும் டிராக்டரைப் பயன்படுத்தக்கூடாது. அப்படி பயன்படுத்தினால்,

நேதாஜி

ஆழமாக உழவு நடந்து, மண்ணுக்குள்ளே இருக்கும் நுண்ணுயிரிகள் அழிந்துவிடும். இதன் காரணமாக நிலத்தின் வளமும் குறைந்துவிடும் (நேதாஜியிடம் உழவு மாடுகள் இல்லாததால், தற்சமயத்துக்கு பவர் டில்லர் கொண்டுதான் உழவு செய்கிறார்). உழவுக்குப் பிறகு, உரிய முறைப்படி நாற்றுகளை நடவு செய்யவேண்டும். அதாவது, ஒற்றை நாற்று முறையாக இருந்தால், அதன்படியே கவனமாகச் செய்ய வேண்டும்.

பிறகு, 21-ம் நாள் ஜீவாமிர்தக் கரைசல் கொடுக்க வேண்டும். இப்படி 20 நாட்களுக்கு ஒரு முறை ஜீவாமிர்தக் கரைசலைக் கொடுக்கவேண்டும். ஒரு தடவை நீம் அஸ்திராவை கலந்து தெளிக்கவேண்டும். இதன் மூலம் புழு, பூச்சித் தாக்குதல் ஏதுமின்றி பயிர் பச்சைக் கட்டி வளரும். கடைசி தடவை ஜீவாமிர்தம் கொடுக்கும்போது மோர் கலந்து கொடுக்க வேண்டும்.

தொழில்நுட்பங்களை விவரித்து முடித்த நேதாஜி, அடுத்து மகசூல் கணக்கு பற்றி ஆரம்பித்தார். "ஜீரோ பட்ஜெட் முறையில ஒற்றை நாற்று விதைச்சப்ப முதல் தடவை ஏக்கருக்கு 15 மூட்டை நெல்லு கிடைச்சிது. பாலேக்கர் சொன்ன முறையில மூடாக்கெல்லாம் போடாததால களை நிறைய மண்டிப்போச்சி. அதனாலதான் மகசூல் குறைவு. இப்ப ரெண்டாவது தடவையா அறுவடை முடிஞ்சிருக்கு. இப்பவும் மூடாக்கு போடல. ஆனா, கிட்டத்தட்ட 19 மூட்டை வரைக்கும் கிடைச்சிருக்கு. வழக்கமான நடவு முறையில முதல் தடவை 22 மூட்டை கிடைச்சிது. இப்ப கூடுதலா மூணு மூட்டை கிடைச்சிருக்கு.

இங்க முப்போகமும் நெல் சாகுபடிதான். ஓயாம ரசாயன உரங்களைக் கொட்டிக் கொட்டி விவசாயம் செய்யறதால, மகசூல் குறைஞ்சிக்கிட்டேதான் இருக்கு. தொடர்ந்து ஜீரோ பட்ஜெட் முறையைக் கையாண்டா அடுத்தடுத்த தடவையில மகசூல் கூடுதலா கிடைக்கும்கிறதுல சந்தேகம் இல்ல. அதுக்கு நானேதான் உதாரணம். ஒற்றை நாற்றுல கூடுதல் லாபம் வரணும். ஆனா இப்போ எனக்கு குறைவாத்தான் கிடைக்குது. அடுத்தடுத்த தடவையில அது அதிகரிக்கும்

இயற்கை முறையில விளைவிக்கறப்ப... நல்ல விலையும் கிடைக்குது. நான் நெல்லா கொடுக்கறதில்ல. அரிசியாவே அரைச்சிக்

ஜீரோ பட்ஜெட்

உயிருள்ள மண்

கொடுக்கச் சொல்லி பலரும் கேக்கறாங்க. அதனால, அரிசியாத்தான் கொடுக்கிறேன். இதன் மூலமா கூடுதல் லாபம் கிடைக்குது.

‘மத்த அரிசியில சமைச்சா, மதியம் ஒரு மணிக்கெல்லாம் சோறு நீர்த்திடுது. உங்ககிட்ட வாங்கின அரிசியில சமைச்ச ராத்திரி 9 மணிக்கு மேலயும் சோறு அப்படியே இருக்கு’னு சொல்லிகிட்டு பலரும் என்கிட்ட அரிசி வாங்கறாங்க. இங்கிருந்து மெட்ராஸுக்கு போய் பெரிய பெரிய ஆபீஸுல வேலை பார்க்கறவங்கள்லாம் என் வீட்டுக்கே வந்து, இயற்கை முறையில விளைஞ்ச அரிசியை கேட்டு வாங்கிட்டுப் போறாங்க. நான் விளைவிக்கற அரிசியில எந்த நச்சும் கிடையாது... சாப்பிடறதுக்கு ருசியாவும், மணமாவும் இருக்கு. அதனாலதான் பலரும் இதை விரும்பி வந்து கேக்கறாங்க. என்னோட தேவைக்குப் போக மீதியைத்தான் நான் விலைக்குக் கொடுக்கறேன். இதுவரைக்கும் கிலோ 25 ரூபாய்னு கொடுத்தேன். இப்ப விலைவாசி ஏறிப்போனதால, கிலோ 35 ரூபாய் வரைக்கும் போறதுக்கு வாய்ப்பிருக்கு. என்ன விலையா இருந்தாலும் வாங்கிக்க தயாரா இருக்கறாங்க மக்கள். ஏன்னா... இது இயற்கை அரிசி” என்றவர்,

“பாலேக்கர்ங்கறவர் யாரு... எவருனு எனக்கு தெரியாது... இயற்கை விவசாயம்னா சிவப்பா கறுப்பானு தெரியாது. இது எல்லாத்தையும் எனக்கு தெரிய வெச்சி, இன்னிக்கு நம்மளாலயும் நல்லபடியா சம்பாதிக்க முடியும்னு இந்த விவசாயி வாழ்க்கையில ஒளி ஏத்தி வெச்சது பசுமை விகடன்தான்” என்று வாயார நன்றி பாராட்டினார்.

‘ஜீரோ பட்ஜெட்’ சுற்றுலா!

21

‘பசுமை விகடன்’ சார்பில் 2007-ம் ஆண்டு செப்டம்பர் 24 மற்றும் 25 தேதிகளில் சுபாஷ் பாலேக்கரின் ஜீரோ பட்ஜெட் பயிற்சி வகுப்பு திண்டுக்கல் நகரில் நடைபெற்றது. தமிழகம் முழுக்க இருந்து இதில் கலந்துகொண்ட விவசாயிகளில் ஈரோடு மாவட்டத்தைச் சேர்ந்த முப்பதுக்கும் மேற்பட்ட விவசாயிகளும் அடக்கம். மாவட்ட ஆட்சித் தலைவர் உதயச்சந்திரன் ஏற்பாட்டில் இந்த பயிற்சியில் கலந்து கொண்ட விவசாயிகள், ஈரோடு திரும்பியதும் அவருக்கு நன்றி தெரிவிக்கச் சென்றனர். அப்போது, ஜீரோ பட்ஜெட் பயிற்சி வகுப்பு அனுபவம் பற்றி விவசாயிகளிடம் நன்கு விசாரித்திருக்கிறார் மாவட்ட ஆட்சித் தலைவர். இந்தச் சந்திப்பின்போது, “ஜீரோ பட்ஜெட் முறைப்படி விவசாயம் செய்றவங்க கர்நாடகாவுலதான் நிறைய இருக்காங்க. நேர்ல ஒரு முறை பார்த்துட்டு வந்தா நல்லா இருக்கும்னு நினைக்கிறோம்” என்று விவசாயிகள் கோரிக்கை வைக்க... “எப்ப போறீங்க... எவ்வளவு பேர் போறீங்க?” என்று அந்த நிமிடமே பச்சைக் கொடிக் காட்டிய மாவட்ட ஆட்சித்தலைவர், விவசாயிகளை கர்நாடகாவுக்கு அழைத்துச் செல்லும் பொறுப்பை பிரபல தொண்டு நிறுவனமான ‘மைராடா’விடம் ஒப்படைத்தார்.

இதையடுத்து, கோபிச்செட்டிப்பாளையத்தில் இருந்து ‘ஜீரோ பட்ஜெட் சுற்றுலா’வைத் தொடங்கினர் மாவட்டத்தைச் சேர்ந்த 53 விவசாயிகள். அவர்களை தன்னுள் நிறைத்துக் கொண்டு மைசூர் நோக்கிப் புறப்பட்டது தமிழக அரசு போக்குவரத்துக்கழக பேருந்து. நமக்கும் அழைப்பு வந்திருந்ததால், புகைப்படக்காரருடன் பயணத்தில் சேர்ந்து கொண்டோம்.

| ஜீரோ பட்ஜெட் |

மைசூர் புறப்பட்ட பேருந்தின் முன்பு விவசாயிகள்...

மறுநாள் காலை, செம்மண் புழுதியை வாரி முகத்தில் அடிக்கும் பண்ணூர் கிராமத்தில் ஜீரோ பட்ஜெட் விவசாயம் செய்துவரும் கிருஷ்ணப்பாவின் தோட்டத்தில் போய் நின்றது வண்டி. அவர் வேறு வேலையாக எங்கோ சென்று விட்டதால், வந்து சேர்வதற்கு தாமதம் ஆகிக் கொண்டே இருந்தது. அதற்குள் விவசாயிகள் பஸ்சிலிருந்து இறங்கி தாங்களாகவே வயலைச் சுற்றிப்பார்க்க தொடங்கினர். வறண்டு கிடந்த அந்த நிலத்தில் நெல்லும், கேழ்வரகும் ஜோடி போட்டுக்கொண்டு வளர்ந்து நிற்பது ஆச்சர்யத்தைக் கூட்டியது. "நாலு விரக்கடைக்கு மேல தண்ணி கட்டணும்னு சொல்வாங்க... இங்க பாருங்க சொட்டுத் தண்ணி கூட இல்லாம பயிரு ஜோரா வளர்ந்து நிக்குது" என்றபடியே சுற்றிச்சுற்றி வந்தனர். கரும்பு, வாழை, துவரை, வெண்டை, மிளகாய் ஆகியவையும் கூட தண்ணீர் இல்லாத போதும் பசுமை குலையாமல் நின்றிருந்தன (இத்தனைக்கும் கூப்பிடும் தூரத்தில்தான் காவிரி நீர் சலசலத்து ஓடிக் கொண்டிருக்கிறது).

பிக்காஸோவின் ஓவியத்தை ஒவ்வொருவரும், ஒவ்வொரு விதமாக புரிந்துகொள்வதைப் போல ஆள் இல்லாத தோட்டத்தில் நின்ற விவசாயிகள் விதம்விதமாக புரிந்துகொண்டபடி நின்றிருக்க... வியர்த்து விறுவிறுக்க மோட்டர் பைக்கில் வந்து இறங்கினார் கிருஷ்ணப்பா. "இது சின்னத்தோட்டம். வாங்க, பெரிய தோட்டத்துக்குப் போவோம்" என்று அழைத்துச் சென்றார்.

25 ஏக்கர் நிலத்தில் நெல், வாழை என்று பலவும் விளைந்து கிடக்கின்றன. வயலைச் சுற்றிலும் சோளம் மற்றும் துவரைச் செடிகள் நின்றிருக்க... "இதுதான் என் வயலின் பாதுகாப்புச் சுவர். பக்கத்து வயலில் விஷம் தெளித்தாலும் என் வயலுக்குள் அது வராதபடி இந்த பசுமைச் சுவர் தடுக்கிறது" என்று சொன்னவர்,

கிருஷ்ணப்பாவிடம் கேள்விக்கணை வீசும் விவசாயிகள்...

"இதோ... இதுதான் நான் வளர்க்கும் நாய்" என்று தட்டைப் பயறுச் செடியைக் காட்ட, அதிர்ச்சியுடன் எல்லோரும் பார்த்தனர்.

"வெளியிலிருந்து வரும் எதிரிகளை முதலில் நாய்தான் எதிர்கொண்டு எச்சரிக்கைச் செய்யும். அதேபோல... வாழை, கரும்பு, துவரை, மிளகாய் செடிகளை தாக்க வரும் புழுக்கள்... முதலில் தட்டைப்பயறு செடியைத் தாக்கும். அந்தச் செடி சோர்ந்து போய் இருந்தால் நான் உஷாராகி விடுவேன். அப்புறம்தான் இருக்கவே இருக்கிறது 'அக்னி அஸ்திரா' அதை அடித்து பூச்சி மற்றும் புழுக்களைக் கட்டுப்படுத்துவேன். எந்தவித செலவும் இல்லாமல் ஜீவாமிர்தம் மட்டும் பயன்படுத்தி வாழை மற்றும் ஊடுபயிர்களில் லட்சக்கணக்கில் வருமானம் எடுக்கிறேன்" என்று சொன்ன கிருஷ்ணப்பா மதிய உணவுக்குப் பிறகு, ஜீரோ பட்ஜெட்டில் தென்னை, பாக்கு என்று விவசாயம் செய்யும் தனது நணபரின் தோட்டத்துக்கு அழைத்துச் சென்றார். அங்கே வைத்து, நம் விவசாயிகளின் சந்தேகங்களுக்கு சளைக்காமல் பதில் கொடுத்தார்.

அன்று இரவு, மாண்டியாவில் உள்ள ஆதிசுஞ்சனகிரி மடத்தில் தங்கிய விவசாயிகள், மறுநாள் காலை 6.30 மணிக்கு விவசாயிகள் தயாராக இருக்க, மடத்துக்குச் சொந்தமான நூற்றுக்கணக்கான ஏக்கர் நிலத்தை கவனித்துக் கொள்ளும் 'தோட்டக்கார' ராமண்ணா வந்து எல்லோரையும் வயலுக்கு அழைத்துச் சென்றார்.

"பெரிதாக லாபம் இல்லை என்றாலும் ரசாயன விவசாயம்தான் செய்துகொண்டிருந்தோம். ஒரு சமயம் பாலேக்கரின் பயிற்சி வகுப்பில் கலந்துகொண்டேன். அது என்னை ஈர்த்தது. பிறகு

ஜீரோ பட்ஜெட்

கிருஷ்ணப்பா

மடத்துக்கு வரும்படி அவரைக் கேட்டுக் கொண்டேன். அதன்படி வந்தவர், நிறைய ஆலோசனைகளைச் சொன்னார். அதை வைத்து விவசாயத்தை மேற்கொண்டோம்.

ஒன்றரை ஏக்கர் நிலத்தில் வாழை நடவுசெய்தோம். அந்த நிலத்துக்கு மாதம் தவறாமல் ஜீவாமிர்தம் விட்டு வந்தோம். வாழையுடன் துவரை, கேழ்வரகு, தட்டைப்பயறு போன்றவையும் பயிரிட்டோம். உயிர் மூடாக்காக பப்பாளி, முருங்கை போன்றவையும் பயிரிட்டிருந்தோம். அந்த ஆண்டு வாழை மூலமாக மட்டுமே 2 லட்சத்து 46 ஆயிரம் ரூபாய் வருமானம் வந்தது. செலவு 25 ஆயிரம் ரூபாய்தான். இந்தப் பண்ணை தொடங்கிய நாள் முதலாக இந்தளவு வருமானத்தை பார்த்தில்லை.

இதையடுத்து, கடந்த ஆண்டில் ஆயிரக்கணக்கான விவசாயிகளை மடத்துக்கு அழைத்து ஒரு வாரத்துக்கு பாலேக்கரை வைத்து ஜீரோ பட்ஜெட் பயிற்சி கொடுத்தோம். வாய்ப்பு கிடைக்கும்போதெல்லாம் பயிற்சி வகுப்புகளை நடத்துகிறோம்" என்று சொன்னவர், விவசாயிகளின் சந்தேகங்களுக்கு பதில்களைக் கொடுத்தார்.

புறப்படும் நேரத்தில் முத்தாய்ப்பாக ஒன்றைச் சொன்னார் ராமண்ணா... அது-

"ஒரு விவசாயிக்கு மூன்று பேருடன் உறவு இருந்தால்போதும், ஒன்று நிலவரி செலுத்தும் கங்காணி. அடுத்து நாட்டு விதை கொடுக்கும் உள்ளூர் விவசாயி. மூன்றாவது பொருட்களை வாங்கி உண்ணும் மக்கள். இது இருந்தால் போதும், எந்தச் சிக்கலும் இல்லாமல் விவசாயிகள் மகிழ்ச்சியாக வாழலாம். அந்த டிபார்ட்மென்ட்... இந்த டிபார்ட்மென்ட், லோன், மானியம் என்று எதுவும் வேண்டாம்."

இரண்டாம் நாள் மாலை பேருந்து ஈரோடு நோக்கி திரும்பி ஓட ஆரம்பிக்க... இரண்டு நாள் நிகழ்வுகளை ஒளிவு மறைவின்றி விமரிசனம் செய்தபடி வந்தனர் விவசாயிகள். அதற்கு காது கொடுத்த வகையில் நமது முடிவு.... வந்திருந்தவர்களில் 80% விவசாயிகளுக்கு இந்த ஜீரோ பட்ஜெட் என்பது சந்தேகமில்லாமல்

பாடம் நடத்துகிறார் ராமண்ணா...

ஆச்சர்யத்தைக் கூட்டியுள்ளது. மீதி 20% விவசாயிகளுக்கு சந்தேகங்கள் தீர்ந்தபாடில்லை.

கிட்டத்தட்ட இதேசமயத்தில் தமிழகத்திலிருந்து இன்னொரு குழு கர்நாடகாவிலிருக்கும் ஜீரோ பட்ஜெட் விவசாய நிலங்களை வலம் வந்திருக்கிறது. 100% சந்தேகமில்லாமல் திரும்பியிருக்கும் அந்தக் குழுவின் அனுபவங்கள்...

மறக்கவே முடியாது!

நாம் சென்ற பேருந்தின் நடத்துநர் சந்திரன் மற்றும் ஓட்டுநர் சக்திவேல் இருவரும், விவசாயிகளோடு விவசாயிகளாகவே தோட்டங்களில் வளைய வந்தனர். ஜீரோ பட்ஜெட் பற்றி அவர்களின் கருத்து என்ன?

"நாங்க ரெண்டு பேருமே விவசாயிங்கதான். எங்க சர்வீஸ்ல இப்படி ஒரு பயனுள்ள டூருக்கு முதல்முறையா வந்திருக்கோம். ஜீரோ பட்ஜெட் தோட்டத்தைப் பார்த்தோம். நல்லா இருக்கு. நாங்களும் உரம் போடாம, மருந்து தெளிக்காம விவசாயம் செய்யப்போறோம். இந்த இரண்டு நாள் டூரை எங்களால மறக்கவே முடியாது."

22

மண்ணோ சுமார்... மகசூலோ ஜோர்!

கர்நாடக மாநிலத்திலிருக்கும் 'ஜீரோ பட்ஜெட்' பூமிகளை பார்வையிட தமிழகத்தில் இருந்து தொடர்ந்து விவசாயிகள் படையெடுத்த வண்ணம் இருக்கிறார்கள். அதில், 'இந்த விவசாயிகளில் 80% பேர் ஜீரோ பட்ஜெட் பற்றி திருப்தியோடு திரும்பியுள்ளனர். மீதமுள்ள 20% பேருக்கு சந்தேகங்கள் தீர்ந்தபாடில்லை. அதேசமயம், தேனி மற்றும் திண்டுக்கல் மாவட்டத்தைச் சேர்ந்த சேவுகப் பெருமாள், செந்தில்குமார், பஷீர் அகமது, கோபால்ராஜ், முகம்மது முகைதீன் மற்றும் எஸ்.எம். உசேன் ஆகிய ஆறு பேர், ஒரு குழுவாக காரில் புறப்பட்டுப்போய் கர்நாடகாவை வலம் வந்து, 100% சந்தேகமில்லாமல் திரும்பி இருக்கின்றனர்.

தேனி மாவட்டம், போடிநாயக்கனூரைச் சேர்ந்தவர் கோபால்ராஜ். வேளாண்மை பாடத்தில் இளம் அறிவியல் (பி.எஸ்.சி. அக்ரி) பட்டப்படிப்பை முடித்திருக்கும் இவர்... வாழை, மிளகு, ஆரஞ்சு, திராட்சை மற்றும் இஞ்சி என சாகுபடி செய்து வருபவர்.

"தேனி, திண்டுக்கல் மாவட்டத்துல விவசாயம் செய்துகிட்டிருக்கற ஆறு பேர், நான்கு நாள் பயணமாக நவம்பர் 16-ம் தேதி கார் மூலம் கர்நாடகாவுக்குக் கிளம்பினோம். ஜீரோ பட்ஜெட் மகிமையும் தெரிந்து கொள்ளவேண்டும் என்பதுதான் எங்களின் முக்கிய குறிக்கோள். முதல் நாள், ஹாசன் சென்று, பாக்கு மற்றும் தென்னையில் அசத்திக்கொண்டிருக்கும் அசகாய பெண்மணி பாரத்தியின் தோட்டத்தைப் பார்வையிட்டோம். பசுமை விகடனில் ஏற்கெனவே இடம்பிடித்த அந்தத் தோட்டத்தில் காலடி எடுத்து வைத்ததுமே

அசந்துவிட்டோம். காடு போல பரந்துவிரிந்து கிடந்த அந்தத் தோட்டம், ஜீரோ பட்ஜெட்டின் வீரியத்தை முழுமையாக உணர்த்தியது.

மறுநாள், மாண்டியா அருகேயுள்ள ஆதிசுஞ்சனகிரி மடத்துக்குச் சொந்தமாக இருக்கும் தோட்டத்துக்குச் சென்றோம். இதுவும் பசுமை விகடனில் ஏற்கெனவே இடம்பிடித்ததுதான். அங்கே 'தோட்டக்கார' ராமண்ணாவின் பராமரிப்பில் இருக்கும் வாழையிலும், கரும்பிலும் ஜீரோ பட்ஜெட்டின் மகிமை வெளிப்பட்டது.

நாளிப்பூவன் வாழையைப் பொறுத்தவரை பொதுவாக மறுகட்டையில் ஏழு முதல் எட்டு சீப்புகள்தான் வரும். ஆனால், மடத்தின் தோட்டத்தில் 12 சீப்புகள் வரை வந்திருந்தது எங்களுக்கு மிகுந்த ஆச்சர்யத்தைக் கொடுத்தது. காய்களின் திரட்சியும் ஒரு மரத்தைப்போலவே தோட்டம் முழுக்க இருந்தது ஆச்சர்யத்திலும் ஆச்சர்யம். இத்தனைக்கும் அங்கு மண்ணின் தன்மையும் சுமார்தான்.

நாங்கள் அங்கே போயிருந்த அன்று, மடத்தில் ஜீரோ பட்ஜெட் தொடர்பாக விவசாயிகள் கூட்டம் நடைபெற்றது. அதிலும் நாங்கள் கலந்துகொண்டோம். அங்கு வந்திருந்த உள்ளூர் விவசாயிகளிடம் பேசி அவர்களின் அனுபவ அறிவையும் பாடமாகப் பெற்றுக்கொண்டோம். ஏறக்குறைய இரண்டு நாட்கள் அங்கேயே

பாரத்தி தோட்டத்தில் தயாராக உள்ள ஜீவாமிர்தக் கரைசலை பார்வையிடும் தமிழக விவசாயிகள்

| ஜீரோ பட்ஜெட் |

கருத்தரங்கில் கலந்து கொண்டவர்களில் ஒரு பகுதியினர்

தங்கினோம். ஒவ்வொரு விஷயத்தையும் பக்குவமாக சொல்லிக் கொடுத்ததோடு... தெளிவாகவும் புரிய வைத்தார் ராமண்ணா.

நான்காம் நாள் தமிழகம் திரும்பும்வழியில், ஓசூருக்கு அருகில் இருக்கும் தேன்கனிக்கோட்டை சென்றோம். அங்கு சீனிவாசன் என்பவர் ஜீரோ பட்ஜெட் மூலம் பராமரித்து வரும் மாமரத் தோட்டத்தைப் பார்த்துவிட்டு ஊர் திரும்பினோம்" என்று சொன்ன கோபால்ராஜ்,

"இந்தப் பயணத்தில் எங்களுக்கு ஒரேயொரு குறை, ஜீரோ பட்ஜெட் முறையில் திராட்சை விளையும் தோட்டத்தைப் பார்க்காமல் திரும்பியதுதான். குல்பர்க்கா அருகே திராட்சை விவசாயம் செய்துவரும் கும்பாரின் தோட்டத்தைப் பார்ப்பது என்பது எங்கள் பயணத்தின் முக்கியக் குறிக்கோளாக இருந்தது. ஆனால், தூரம் அதிகம் என்பதால் திரும்பிவிட்டோம். என்றாலும் கும்பாரின் தோட்டத்தை மட்டும் பார்ப்பதற்காக சீக்கிரமே அங்கே செல்லத் திட்டமிட்டுள்ளோம்" என்று மகிழ்ச்சி பொங்கச் சொன்னார்.

பஷீர் அகமது

கோபால்ராஜ்

முத்தாய்ப்பாக கோபால்ராஜ் சொன்னது-

“உண்மையாகவே ஜீரோ பட்ஜெட் தொழில்நுட்பம் எங்களுக்கு முழு நம்பிக்கையையும், தெளிவையும் கொடுத்துள்ளது.”

திண்டுக்கல்லைச் சேர்ந்த தோட்டக்கலை ஆலோசகர் எஸ்.எம். உசேன். இவரும் வேளாண்மை பாடத்தில் இளம் அறிவியல் பட்டம் பெற்றவர்தான். ஆறுபேரில் ஒருவராக கர்நாடகா சென்று வந்த இவர் அந்த அனுபவத்தைப் பற்றிச் சொல்லும்போது, “35 ஆண்டு காலமாக துறை ரீதியில் பல கருத்தரங்குகளைப் பார்த்திருக்கிறேன். ஆனால், திண்டுக்கல்லில் நடைபெற்ற ஜீரோ பட்ஜெட் கூட்டம்தான் என் மனதில் உறைத்தது. அடுத்ததாக, நண்பர் செந்தில்குமாரின் தோட்டமும் எங்களை தூண்டிவிட்டது. அவர், முதல்முறையாக ஜீவாமிர்தம் தயாரித்து தன் இலை வாழை தோட்டத்துக்கு அளித்தார். ஒரே வாரத்தில் எங்கிருந்துதான் வந்ததோ தெரியவில்லை... அவ்வளவு மண்புழுக்கள் மண்டி விட்டன. தோட்டம் முழுக்க மண்புழு குருணைகள்தான். ஒரே மாதத்தில் வாழையின் வளர்ச்சி வியப்பில் ஆழ்த்திவிட்டது. உடனடியாக கர்நாடகா கிளம்பிவிட்டோம்.

பாரத்தியின் தோட்டம் பார்ப்பதற்கு மானாவாரி போல் இருந்தாலும் அங்கு விளைந்திருந்த நெல்மணிகள் மனதுக்கு மிகுந்த ஆனந்தத்தை அளித்தன. சுஞ்சனகிரி மடத்துக்கு நாங்கள் சென்றபோது கரும்பு வெட்டிக் கொண்டிருந்தார்கள். ‘இப்படிப் பட்ட நிலத்தில்... இப்படி ஒரு மகசூலா?’ என்று மலைத்து நின்றுவிட்டேன். ஒன்றரை அடிக்கு கீழ் மண்கண்டம் இல்லை... கல்லாகத்தான் இருந்தன. அந்த நிலத்தில், விளைந்திருந்த கரும்புகள் ஜீரோ பட்ஜெட் மகிமையை தெளிவாகப் புரிய வைத்தன” என்று சிலிர்த்தவர்,

“எங்களுக்குள் ஒரு மறுமலர்ச்சியை ஏற்படுத்திய பசுமை விகடனுக்கு மிக்க நன்றி” என்றார் நெகிழ்ச்சியுடன்.

கம்பம் நகரைச் சேர்ந்த சேவுகப்பெருமாள் பேசும்போது, “பாரத்தியின் தோட்டத்தில் வளம் குறைந்த, ஆழம் குறைந்த,

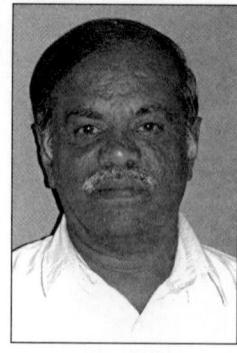

உசேன்

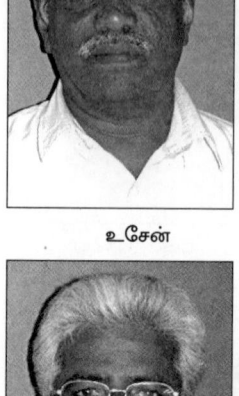

சேவுகபெருமாள்

ஈழக்களிப்பு மண்தான் இருக்கிறது. அதிலும்கூட தென்னை, பாக்கு, வெணிலா ஆகியவை திருப்தியான மகசூலைத் தருகின்றன என்பது அதிசயமே!

நான்கு நாட்கள் பல்வேறு தோட்டங்களைப் பார்த்தோம். பொய் பேசத்தெரியாத, புளுகத்தெரியாத விவசாயிகள் சத்தியமான வார்த்தைகளில் விஷயங்களை எடுத்துச் சொன்னார்கள். நாட்டு மாடு அவர்களுக்கு மூலதனம் மட்டுமல்ல... தெய்வம் என்பதை உளப்பூர்வமாக உணர்ந்துள்ளனர்.

இப்படியொரு தத்துவத்தைப் பரவச் செய்யும் சுபாஷ் பாலேக்கருக்கு ஒரு சபாஷ்... அவரை இங்கே அறிமுகப்படுத்திய பசுமை விகடனுக்கு டபுள் சபாஷ்!" என்றார் உணர்ச்சி பொங்க!

பொறியியல் பட்டதாரியான செந்தில்குமாரின் அனுபவத்தையும் கேட்போமா...?

“ரொம்ப காலமாக ரசாயன கலப்பில்லாத இயற்கை விவசாயம் செய்ய வேண்டும் என்ற எண்ணம் இருந்தது. இதையடுத்து, வங்கியில் கடன் வாங்கி... தொழு உரத்துக்காக ஹோஸ்டின் ஃபெர்சியன் மாடுகள் 25 வாங்கினேன். கடைசியில் அதைப் பராமரிக்கும் செலவும் சேர்ந்து தலையில் ஏறியதுதான் மிச்சம். பிறகு, தொழுவுரத்தை மண்புழு உரமாக மாற்றினால் நன்றாக இருக்கும் என்று அதையும் செய்ய ஆரம்பித்தேன். அதுவும் ஒரு சுமையாகச் சேர்ந்து கொண்டது. என்னதான் செய்வது... இந்த விவசாயத்தை விட்டே ஓடிவிடலாமா? என்றெல்லாம் யோசித்துக் கொண்டிருந்த போதுதான், திண்டுக்கல்லில் பாலேக்கர் நிகழ்ச்சிக்கு நீங்கள் ஏற்பாடு செய்தீர்கள். அவருடைய உரையைக் கேட்டப்பிறகுதான் விவசாயத்தை செய்தும் பிழைத்துக் கொள்ள முடியும் என்பதை தெளிவாகப் புரிந்துகொண்டேன்.

திண்டுக்கல் கூட்டத்தில் கர்நாடகாவைச் சேர்ந்த ஜீரோ பட்ஜெட் விவசாயி ‘பண்ணூர்’ கிருஷ்ணப்பாவைச் சந்தித்தேன். அதன்பிறகு உடனடியாக, மணப்பாறை சென்று நாட்டு மாடுகள் இரண்டை வாங்கிக் கட்டினேன். அடுத்தநாளே ஜீவாமிர்தத்தை தயார் செய்து என் தோட்டத்தில் இருந்த வாழைக்கு தெளித்து விட்டுத்தான் மூச்சுவிட்டேன். ஒரே வாரத்தில் என் வாழை

பாரத்தியின் வயலை பார்வையிடும் தமிழக விவசாயிகள்

புத்துணர்ச்சியோடு வளர்ந்துநின்ற விதம்... 'ஜீரோ பட்ஜெட் மூலம் இன்னும் இன்னும் சாதிக்க வேண்டும்' என்ற ஆர்வத்தை வெறியாகவே தோற்றுவித்து விட்டது. அதுதான் நண்பர்களுடன் சேர்ந்து குழுவாக கர்நாடகாவுக்கு சென்று திரும்பினோம். அங்கே நிறைய விஷயங்களைக் கற்றுத்திரும்பிய நாங்கள், 'நம் பகுதியில் முடிந்தவரை எல்லோரையும் ஜீரோ பட்ஜெட் விவசாயம் செய்ய வைக்கவேண்டும்' என்று தீர்மானித்திருக்கிறோம்."

-அழுத்தமாக வந்து விழுந்தன வார்த்தைகள்.

என்ன... இவர்களின் அனுபவங்களையும், ஆச்சர்யங்களையும் கேட்டதுமே... பாலேக்கரைச் சந்திக்கத் தோன்றுகிறதா... வாருங்கள் ஈரோட்டுக்கு!

ஈரோட்டில் ஒரு தேரோட்டம்...

23

டிசம்பர்-29, 2007-ம் ஆண்டு... ஏற்கெனவே பல்வேறு சிறப்புகளைப் பெற்று வரலாற்று ஏடுகளில் பதிவாகியிருக்கும் ஈரோடு, அன்றைய தினம் மேலும் இரண்டு சிறப்புகளோடு மீண்டும் வரலாற்றில் அழுத்தமாக பதிந்தது.

ஒன்று... நகராட்சி என்ற அந்தஸ்திலிருந்து மாநகராட்சியாக தகுதி உயர்ந்த நாள்.

இரண்டாவது... பசுமை விகடனின் 'ஜீரோ பட்ஜெட் பயிற்சி வகுப்பு!'

ஆம்... 2007 செப்டம்பரில், 'பசுமை விகடன்' ஏற்பாட்டில், திண்டுக்கல் நகரில், தமிழக விவசாயிகளுக்கு 'ஜீரோ பட்ஜெட் இயற்கை விவசாயம்' பற்றி இரண்டு நாள் பயிற்சி அளித்த மகாராஷ்டிராவின் 'வேளாண் வித்தகர்' சுபாஷ் பாலேக்கர், 90 நாள் இடைவெளிக்குப் பிறகு மீண்டும் அன்றைக்கு தமிழகத்தில் கால்பதித்தார்.

ஈரோடு மாநகரின் எல்லைப்பகுதியான திண்டலில் இருக்கும் வேளாளர் மகளிர் கல்லூரியின் கஸ்தூரிபா காந்தி கலையரங்கில் டிசம்பர் 29, 30, 31 மற்றும் ஜனவரி 1 ஆகிய நான்கு நாட்களுக்கு இப்பயிற்சி ஏற்பாடாகியிருந்தது. ஆனால், முதல் நாளான 28-ம் தேதியே விவசாயிகள் வந்து குவிய ஆரம்பித்துவிட்டனர். மறுநாள் அதிகாலை 4 மணியிலிருந்தே சாரை சாரையாக படையெடுத்தனர்.

முதல் நாளன்று பயிற்சி வகுப்பு காலை 10 மணிக்குத்தான் துவங்கும் என்றபோதிலும் 7 மணிக்கே கலையரங்க வாயிலில் வரிசை கட்ட ஆரம்பித்துவிட்டனர் விவசாயிகள். கொஞ்ச நேரத்திலேயே அனுமார் வாலாக நீண்ட அந்த

விகடன் பிரசுரம்

காசியண்ணனுக்கு நினைவுப்பரிசு. அருகில் சந்திரசேகரன்...

வரிசை, கல்லூரியின் வாயிலைத் தாண்டி ஈரோடு-பெருந்துறை சாலையைத் தொட்டது. மாநகராட்சி நிகழ்ச்சிக்காக முதல்வர் கருணாநிதி அந்த வழியாக ஈரோடு நகருக்கு வரவிருந்ததால், அங்கே காத்திருந்த காவல்துறையினர் பதற ஆரம்பித்துவிட்டனர். ஒரு வழியாக அரங்குக்குள் விவசாயிகள் அனுமதிக்கப்பட, வரிசை குறைய ஆரம்பித்தது.

காலை 10 மணிக்கு பயிற்சி வகுப்பின் துவக்கவிழா... ஈரோடு மண்ணின் பெருமைகளை எடுத்து வைத்துப் பேசிய 'பசுமை விகடன்' ஆசிரியர் பா.சீனிவாசன், "பாலேக்கர் சொல்லும் ஜீரோ பட்ஜெட் தொழில்நுட்ப அடிப்படையில் செயல்படும் மாதிரி பண்ணையை பசுமை விகடன் சார்பில் உருவாக்கப் போகிறோம். அது நல்லதொரு முன்மாதிரி பண்ணையாக உருவாகும் என்பதை உறுதியாகச் சொல்லிக் கொள்கிறேன்" என்றும் சொல்லி, விவசாயிகளை உற்சாகப்படுத்தினார்.

அதன் பிறகு பயிற்சி வகுப்பு ஆரம்பமானது. ஆங்கிலத்தில் தன்னுடைய தத்துவங்களை முழங்க ஆரம்பித்தார் பாலேக்கர். அதை தமிழில் மொழி பெயர்த்து உதவினார்கள் புதுக்கோட்டையைச் சேர்ந்த விஜயகோபால சர்மா, சென்னையைச் சேர்ந்த பழனிவேலன் மற்றும் கோவையைச் சேர்ந்த வெங்கடேஷ் ஆகியோர்.

"மாற்றத்தை உருவாக்கவேண்டும் என்ற மனநிலையில் வந்திருக்கும் உங்கள் அனைவருக்கும் என் நெஞ்சார்ந்த நன்றிகள். மாசுபடாத நீர், நஞ்சில்லாத உணவு, நோய் இல்லா பயிர், வளம் குறையாத மண் ஆகியவற்றை பெறவேண்டும் என்பது நமது

கடமை. ஆனால், நடந்து முடிந்த பசுமைப்புரட்சி இவை எல்லாவற்றையும் மாசுபடுத்திச் சென்று விட்டது.

நூறு ஆண்டுகளுக்கு முன்பு எந்த விவசாயியும் விதை, உரம், பூச்சிமருந்து என எதையும் வெளியில் இருந்து வாங்கவில்லை. அவர்களுக்கு வேண்டிய அனைத்தும் கிராமத்திலேயே கிடைத்தன. விதைகளை சக விவசாயிகளிடம் வாங்கிக் கொண்டார்கள். கலப்பை பழுது படும்போது உள்ளூர் தச்சர் சரி செய்து கொடுத்தார். கூலியாக நெல் கொடுத்தார்கள். பொருளையும், உழைப்பையும் தங்களுக்குள்ளாக பரிமாறிக் கொண்டார்கள். அந்த இன்பமான வாழ்க்கை முறைக்கு வேட்டு வைத்தது பசுமைப் புரட்சி.

எதை எடுத்தால் விவசாயிகளை வீழ்த்தலாம் என்பது பன்னாட்டுக் கம்பெனிகளுக்கு நன்றாகவே தெரிந்திருந்தது. எனவே முதலில் கை வைத்தது ஹீயுமஸ் என்று சொல்லப்படுகின்ற மஞ்சை என்ற பொருளைத்தான். மண்ணுக்கும், அதில் உள்ள உயிர்களுக்கும் ஆதாரமான ஹீயுமஸ், ரசாயன உரம் கொட்டப்பட்டதால் அழிந்துபோனது.

செடிகளில் இலையாக, பூவாக, காயாக உள்ளவை எல்லாம் ஒரு கட்டத்தில் உதிர்ந்து மண்ணில் விழுந்தவுடன் ஹீயுமஸ்ஸாக மாறுகின்றன. ஒரு மண்ணில் எந்த அளவுக்கு ஹீயுமஸ் இருக்கிறதோ, அந்தளவுக்கு பயிர்களின் வளர்ச்சி இருக்கும். ரசாயன உரத்தால் அழிக்கப்பட்டுவிட்ட ஹீயுமஸ் மீண்டும் மண்ணில் பெருகவேண்டும். இதற்கு மூன்று செயல்முறைகளை நீங்கள் செய்யவேண்டும். முதலாவது, தானியத்தைத் தவிர மற்ற பாகங்களை மண்ணுக்கே திருப்பித் தந்து விடவேண்டும். இரண்டாவது, நாட்டு மாடு வளர்க்கவேண்டும். மூன்றாவது, மூடாக்கு போடவேண்டும். இந்த

ஈரோடு பயிற்சி வகுப்பில் திரண்டிருந்த விவசாயிகள்...

மூன்று செயல்களையும் சரியாகச் செய்தாலே உங்கள் மண்ணில் பழையபடி வளம் பிறந்துவிடும்.

இதற்காகவே இந்தியா முழுவதும் உள்ள மாடுகளின் சாணத்தை வைத்து ஆய்வு செய்தேன். அதில் நாட்டு மாடுகளின் சாணத்தில்தான் வேகமாக நுண்ணுயிர்கள் பெருகின. அதனால்தான் ஜீரோ பட்ஜெட் விவசாயத்துக்கு நாட்டு மாடு அவசியம் என்கிறேன். ஆனால், வேளாண் பல்கலைக்கழகங்களோ... 'நாட்டு மாடுகள் குறைவாக பால் தரும்' என்று சொல்லி அவற்றை ஓரம் கட்டச் செய்துவிட்டனர். இது, திட்டமிட்ட சதி. நாட்டுப் பசுவின் ஒரு கிராம் சாணத்தில் 300 முதல் 500 கோடி நுண்ணுயிர்கள் உள்ளன. இந்தத் தகவலும் அவர்களுக்குத் தெரியும். இருந்தும் வெளிநாட்டில் இருந்து மாடுகளை இறக்குமதி செய்தார்கள்.

'கரும்பு அறுவடை முடிந்தவுடன், தோகையை எரித்துவிடுங்கள்; பயிர் அறுவடையானவுடன் கழிவுப் பொருட்களை தூர எரிந்துவிடுங்கள்; வீடு சுத்தமாக இருப்பது போல, தோட்டமும் சுத்தமாக இருக்க வேண்டும்; கழிவுப் பொருட்கள் அங்கேயே இருந்தால்... பூச்சி, நோய்கள் உருவாகி பயிர்களைத் தாக்கும்' என்று வேளாண் பல்கலைக்கழகம் தவறாக வழிகாட்டியிருக்கிறது.

மண்ணுக்கு மட்கு கொடுக்காமல் பன்னாட்டு கம்பெனிகளின் உரத்தை வாங்க வழி சொன்னார்கள். ரசாயனங்களை பயன்படுத்தினால் பாதிப்பு ஏற்படும் என்று வேளாண் பல்கலைக்கழகங்களுக்கு நன்றாகவே தெரியும். இருந்தும் மோசடிகளுக்குத் துணை போனார்கள்.

உதவிய கரங்களுக்கு நன்றி!

ஈரோடு நகரில் நடைபெற்ற பயிற்சி வகுப்பு மாபெரும் வெற்றியடைய பல தரப்பிலிருந்தும் உதவிக்கரங்கள் நீண்டன. சக்தி சுகர்ஸ், பண்ணாரி சுகர்ஸ், பொன்னி சுகர்ஸ் ஆகிய மூன்று கரும்பு ஆலைகளும் தங்களின் ஊழியர்களை இந்தப் பயிற்சி வகுப்புக்கு அனுப்பியதோடு, உதவிக்கரமும் நீட்டினார்கள். அதேபோல, கனரா வங்கி, இந்தியன் வங்கி, இந்தியன் ஓவர்சீஸ் வங்கி மற்றும் ஸ்டேட் பேங்க் ஆஃப் இந்தியா ஆகிய வங்கிகளும் தங்கள் பங்குக்கு உதவிகளைச் செய்தன.

பயிற்சி வகுப்பு நடைபெறுவதற்காக வேளாளர் மகளிர் கல்லூரி நிர்வாகம் தன்னுடைய கஸ்தூரிபா காந்தி கலையரங்கத்தைக் கொடுத்து உதவியது. விவசாயிகள் இரவு தங்குவதற்குரிய இடத்தை ஏ.இ.டி. பள்ளி நிர்வாகம் வழங்கியது. தங்குமிடத்திலிருந்து பயிற்சி நடக்கும் இடத்துக்குச் செல்வதற்காக கொங்கு இன்ஜினீயரிங் கல்லூரி, வேளாளர் மகளிர் கல்லூரி மற்றும் ஏ.இ.டி. பள்ளி ஆகியவை தங்களின் பேருந்துகளைக் கொடுத்து உதவின.

இந்த நல்ல உள்ளங்கள் செய்திருக்கும் உதவிக்காக தங்களின் கரகோஷத்தை நன்றி காணிக்கையாக்கினர் விவசாயிகள். குறிப்பாக, வேளாளர் கல்லூரி செயலாளர் சந்திரசேகரன் மற்றும் ஏ.இ.டி. பள்ளி தாளாளர் காசி யண்ணன் ஆகியோர் மேடையேற்றி கௌரவிக்கப்பட்டபோது எழுந்த கைதட்டல் ஓசை அடங்க வெகுநேரம் பிடித்தது.

விவசாயிகள் விஷயத்தில் எப்போதுமே அக்கறை காட்டும் ஈரோடு மாவட்ட ஆட்சித்தலைவர் உதயச் சந்திரன், தன்னுடைய மாவட்டத்தில் இப்பயிற்சி வகுப்பு நடத்தப்பட்டதற்காக பசுமை விகடன் குழுவினரிடம் மகிழ்ச்சி தெரிவித்தார்.

பசுமைப் புரட்சியின் நோக்கம் பசிப்பிணியைப் போக்குவதுதான். ஆனால், பல விவசாயிகளை அது கடனாளியாக்கியதுதான் மிச்சம். ரசாயன விவசாயத்தில் விளைந்தவற்றை உண்டவர்கள் புற்றுநோய், இதயநோய், நீரிழிவுநோய் என்று வாடுகிறார்கள்" என்று சாடித்தள்ளியவர், அடுத்ததாக 'ஆர்கானிக்' பக்கம் பார்வையைத் திருப்பினார்.

"பசுமைப் புரட்சி ஏற்படுத்திய பாதிப்பில் இருந்து மீள நினைத்த வேளையில், 'ஆர்கானிக் விவசாயம்' நம் வாசலில் வந்து நின்றது. 'ஆகா, இயற்கை விவசாயம்' என்றபடி இதில் விழுந்தனர் நம் விவசாயிகள். ஆனால், ஒரு சில வியாபாரிகள்... ஆர்கானிக் எனப்படும் இயற்கை விவசாயத்தைக் கையில் எடுத்து, விவசாயிகளை ஏமாற்றிவிட்டனர். 'ஆர்கானிக் விவசாயத்தை மேற்கொண்டால்

புத்தாண்டு கொண்டாட்டம்

பயிற்சி வகுப்பின் மூன்றாம் நாள்... 2007-ம் ஆண்டின் கடைசி நாள். அன்று இரவு தாங்கள் தங்கியி ருந்த பள்ளியில் ஆங்கில புத்தாண்டை மகிழ்ச்சியுடன் வரவேற்றனர் விவசாயிகள். நெருப்பு பற்ற வைத்து, அதைச் சுற்றி வந்து கும்மிப்பாட்டு பாடி ஆடினர்.

இந்தச் சந்தர்ப்பத்தில் திடீர் என்று 'பசுமை விகடன்' சார்பில் பரிசுப்போட்டி அறிவிக்கப்பட, கிராமியப் பாடல்கள்... சினிமா பாடல்கள்... மகாபாரத நாடகப் பாடல்கள்... பக்தி பாடல்கள் மற்றும் பலகுரலிசை என்று பலரும் அசத்தினர்.

'ஓசை' சேகர்-பெண்ணாகரம், அறிவொளி முத்துச்சாமி-பொள்ளாச்சி, லோகாம்பாள்-மாங்காடு (சென்னை), பி.வி. பாண்டி-மேலூர் என்று வரிசையாக பலரும் அசத்தினர்.

அவர்களில் 'ஓசை' சேகர்,

"ஏய்... அண்ணாச்சி, அண்ணாச்சி...

என்னென்ன பயிரு வெச்சேன்... என்னென்ன பயிரு வெச்சேன்

நான் வட்டிக்கு கடன் வாங்கி... வயலெல்லாம் நெல்லு வெச்சேன்

உரம் போட்டு மருந்தடிச்சேன்... வெளைஞ்சது ஒண்ணுமில்ல

வீட்ட வித்துபுட்டு வீதிக்கு வந்துபுட்டேன்" என்று சோக ராகம் இசைத்து கூட்டத்தையே உருக்கி எடுத்துவிட்டு, கடைசியாக...

"பசுமை விகடனைப் படிச்சிக்கணும்

பாலேக்கர் வழியில நடந்துக்கணும்..." என்று முடித்தபோது, ஒட்டுமொத்த கூட்டமும் உணர்ச்சிவசப்பட்டு நின்றது.

சிறந்த பாடகர் பரிசை 'ஓசை' சேகர் தட்டிச் செல்ல... மாங்காட்டிலிருந்து வந்திருந்த லோகாம்பாள் சிறந்த பாடகிக்கான பரிசைப் பெற்றார்.

முன்னேறி விடலாம்' என்று நினைத்த விவசாயிகள் மேலும் மேலும் கடனாளிகளாக்கப்பட்டார்கள். 'இதைவிட ரசாயன விவசாயமே பரவாயில்லை' என்று சொல்லுமளவுக்கு பல இடங்களில் 'ஆர்கானிக்' பாதிப்பு அதிகம். ஆர்கானிக் விவசாயம் என்பது ஓட்டலில் சாப்பிடுவது போல. ஜீரோ பட்ஜெட் என்பது வீட்டில் அருமை மனைவி சமைத்துத் தருவது போல. உடம்புக்கும் பிரச்னை இல்லை... பணத்துக்கும் பாதிப்பு வராது.

ஜீரோ பட்ஜெட்

'ஐசினோ பெட்டிடா' என்ற புழுவை இறக்குமதி செய்து இங்கே மண்புழு உரம் விற்றுக் கொண்டிருக்கிறார்கள். மண்புழு உரம், இயற்கை உரம் என்று விவசாயிகளை மேலும் மேலும் செலவழிக்க வைத்துக் கொண்டிருக்கிறது நடைமுறையில் இருக்கும் 'ஆர்கானிக் விவசாயம்'. ஏறத்தாழ ரசாயன விவசாயமும், ஆர்கானிக் விவசாயமும் நாணயத்தின் இருப் பக்கங்கள் போலத்தான் இருக்கின்றன.

இப்படி எல்லாம் பேசுவதால் வேளாண் பல்கலைக்கழகங்களுக்கோ, மற்றவர்களுக்கோ நான் எதிரி அல்ல. மாசற்ற காற்று, தரமான உணவு வளமான மண் வேண்டும் என்பதுதான் எனது எண்ணம். அதை தருகின்ற வழிமுறையை சொல்வதுதான் ஜீரோபட்ஜெட் என்ற இந்த சித்தாந்தம். இயற்கையே உண்மை. இயற்கை சார்ந்ததே உண்மை. இயற்கையைப் புரிந்து கொண்டாலே போதும் விவசாயத்தில் ஜெயித்து விடலாம்'' என்று அடித்துச் சொன்னார்.

தொடர்ந்தவர், "காடுகளில் உள்ள மரங்கள் எந்த ஒரு உதவியும் இல்லாமல் எப்படி வருடா வருடம், பூக்கின்றன. காய்க்கின்றன. மழையே இல்லாவிட்டாலும் மாண்டு போகாமல் உள்ளன என்பதை அறியும்போது ஆச்சர்யமாக இருக்கிறது. நம்முடைய மண்... ஓர் அட்சய பாத்திரம். எடுக்க எடுக்க குறையாத சத்துக்கள் அதில் உள்ளன. ஆனால், 'மண்ணில் பேரூட்டச்சத்து இல்லை. நுண்ணூட்டச்சத்து இல்லை' என்று திரும்பத்திரும்ப பொய்யை மட்டுமே சொல்லி வருகிறார்கள் விஞ்ஞானிகள்.

அள்ளஅள்ளக் குறையாத சத்துக்கள் மண்ணில் உள்ளன. அவற்றை வெளியே கொண்டு வந்து கொடுக்கும் வேலையைச் செய்வதற்குத்தான் ஆள் தேவை..."

"200 டன் கரும்பு.... 120 குவிண்டால் நெல்... 40 டன் காய்கறி!"

24

ஈரோடு நகரில், 'வேளாண் வித்தகர்' சுபாஷ் பாலேக்கரின் ஜீரோ பட்ஜெட் பயிற்சி வகுப்புக்கான ஏற்பாட்டினை பசுமை விகடன் செய்திருந்தது. இவ்வகுப்பு 2007-ம் ஆண்டு, டிசம்பர் 29-ம் தேதி முதல் 2008 ஜனவரி 1-ம் தேதி வரை நடந்தது. இதில் சுமார் 1,700 விவசாயிகள் கலந்துகொண்டனர். இவ்வகுப்பு தொடர்பான செய்திகள் கடந்த அத்தியாயத்தில் இடம்பெற்றன. மேலும் சுபாஷ் பாலேக்கரின் பயிற்சி வகுப்பு குறித்து பார்ப்போம்....

"நாம் என்னதான் சம்பளம், சௌகர்யம் செய்து கொடுத்தாலும் வேலையாட்களை திருப்திப்படுத்தவே முடியாது. ஆனால், எந்த சம்பளமும் நம்மிடம் எதிர்பார்க்காமல் வாழ்நாள் முழுக்க ஓயாமல் உழுதுகொண்டே இருக்கின்றன மண்புழுக்கள். அள்ள அள்ளக் குறையாமல் மண்ணில் பொதிந்து கிடக்கும் சத்துக்களை வெளியே கொண்டுவந்து பயிர்களுக்குக் கொடுக்கும் வேலையைச் செய்யும் ஆட்கள்தான் இந்த மண்புழுக்கள். இவற்றின் மகத்துவத்தை நீங்கள் புரிந்து கொண்டாலே போதும் உங்களின் பிரச்னைகளுக்கு தீர்வுகள் கிடைத்து விடும்.

மண்புழுக்கள் இருட்டை விரும்பும். அதனால்தான் மண்ணின் அடி ஆழத்தில் சென்று வாழுகின்றன. மேல்மட்டத்தில் உணவும், வாழ்வதற்குச் சாதகமான சூழ்நிலையும் இல்லாதபோது அவை மண்ணுக்குள் புகுந்து விடுகின்றன. சாதகமான நிலை வரும் வரை யோகியைப்போல அடி ஆழத்தில் அவை இருக்கும். மேல்மட்டத்தில் மழையும், உணவும் கிடைத்துவிட்டால் யோகநிலையைக் கலைத்து

ஃப்ரீசியன் மாடு

அவை மேலே வந்துவிடும். அத்தகைய வேலைக்காரனைப் பயன்படுத்தாமல் இருப்பது நம் தவறு. மண்புழுக்களை எப்போதும் சுறுசுறுப்பாக வைத்திருக்கக்கூடிய ஆற்றல் நாட்டுமாட்டின் சாணத்தில் மட்டுமே உண்டு.

இந்தச் சாணத்தை மண்ணின் மீது வைத்து விட்டாலேபோதும், காதலியைப் பிரிந்த காதலன் போல மண்புழுக்கள் மேலே வந்துவிடும். நம் பயிருக்குத் தீங்கு செய்யும் நுண்ணுயிரிகளைச் சாப்பிடும். நிலத்தில் கீழே, மேலே என்று மாற்றி மாற்றிச் சென்று கொண்டே இருக்கும். பொழிகின்ற மழை நீர், இதன் காரணமாக உங்கள் நிலத்தில் இறங்கி நீர்மட்டம் உயரும். பயிருக்கு வேண்டிய சத்தான உரத்தை ஒரு பக்கம் கொடுப்பது மட்டுமல்லாமல், நீர்ச்சேமிப்புக்கும் அவை உதவுகின்றன. மண்புழுக்களின் உடல் மீது நீர்பட்டால் அதுவும் உரமாக மாறி விடும். இதை ‘வெர்மி வாஷ்’ என்று சொல்கிறார்கள். பயிர்களின் வளர்ச்சியைத் துரிதப்படுத்தும் திறனும், அதிகமாக காய்ப்பிடிக்க வைக்கும் தன்மையும் இந்த ‘வெர்மி வாஷு’க்கு உண்டு.

மண்ணில் இயற்கையாகவே உள்ளச் சத்துக்களை மண்புழுக்கள் மேலே கொண்டு வந்து சேர்க்கின்றன. சுமார் 15 அடி ஆழம் வரை அவை சர்வசாதாரணமாக சென்று வருகின்றன. நிலத்தில் ஆழம் செல்லச் செல்ல தழைச்சத்து, பாஸ்பரஸ், சாம்பல் சத்து, கால்சியம், இரும்பு, கந்தகம் என சத்துக்கள் கொட்டிக் கிடக்கின்றன. இவற்றை மேலே கொண்டு வந்து சேர்க்கின்ற உன்னதப் பணியினை இந்த மண்புழுக்கள் செய்கின்றன என்றால் அதைவிட நமக்கு வேறு யார் நண்பனாக இருக்கமுடியும்?

ஒரு சதுர அடி நிலத்தில் நான்கு மண்புழுக்கள் இருந்தால், ஒரு

நாட்டுமாடு

ஏக்கரில் 2 லட்சம் எண்ணிக்கையில் மண்புழுக்கள் இருக்கும். இந்தளவு இருந்தாலேபோதும் உங்கள் மண் மறுபடியும் வளமுள்ளதாக மாறிவிடும். ஏக்கருக்கு 200 டன் கரும்பு, 120 குவிண்டால் நெல், 120 குவிண்டால் கோதுமை, 120 குவிண்டால் கேழ்வரகு, கம்பு, சோளம் போன்ற தானியங்கள், 40 முதல் 80 டன் வரை காய்கறி, பழங்கள் என்று எல்லாமும் விளைந்து கொழிக்கும்.

மண்புழுக்களை அதிகமாக பெருக்க வேண்டும் என்றால் நாட்டுப் பசுமாடு அவசியம். ஏறத்தாழ நாட்டுமண்புழுவும், நாட்டுப் பசுமாடும் நகமும் சதையும் போல, நாட்டுமாட்டுச் சாணத்தில் மட்டுமே மண்புழுக்கள் அதிக அளவில் பெருகும் என்பதை மீண்டும் உங்களுக்கு நினைவுப்படுத்திக் கொள்கிறேன்.

உலகில் 65 லட்சம் உயிரினங்கள் உள்ளன. ஒவ்வொன்றுக்கும் ஒவ்வொரு குணாதிசயம் உள்ளது. நம் நாட்டுப் பசுமாட்டுக்கு என்று தனி சிறப்பம்சம் உள்ளது. இவற்றில் ஒன்று கூட ஜெர்சி, ஃப்ரீசியன் உள்ளிட்ட வெளிநாட்டு மாடுகளிடம் இல்லை. அவை மாடு வடிவில் உள்ள பன்றிகள்தான். அவற்றின் சாணத்தை வயலில் போட்டால் நன்மை செய்யும் நுண்ணுயிர்கள் வராது. மாறாக தீமை செய்யும் உயிரிகள்தான் பெருகும்.

'என்னடா மாடுகளைப் போய் பன்றி என்று இவன் சொல்கிறானே?' என்று சிலர் யோசிக்கலாம். நம் நாட்டுப்பசு முன்பக்கம் சிங்கம் போன்ற தோற்றமும், பின்பக்கம் குறுகியும் இருக்கும். ஆனால், வெளிநாட்டுப் பசுக்கள் பின்பக்கம் விரிந்து பன்றியைப் போலவே இருக்கும். அதன் செயல்பாடுகளும் பசுவைப்போல இல்லாத காரணத்தால்தான் 'பன்றி' என்கிறேன்.

ஜெர்ஸி போன்ற பசுக்களுக்கு ஆன்ட்டிபயாடிக் மருந்துகள்

நீங்களும் முன்னேறுங்க...!

“**நா**ங்க முன்னேறிட்டோம். நீங்களும் முன்னேறுங்க” என்று சொல்லியபடி ஈரோட்டில் மேடை ஏறினார்கள். கர்நாடக மாநிலத்தில் ஜீரோ பட்ஜெட் விவசாயம் செய்துவரும் தோட்டக்கார ராமண்ணாவும், ருத்திரப்பா ஜூலப்பியும். அவர்களின் கருத்துக்கள் இதோ...

ராமண்ணா: “ஜீரோ பட்ஜெட் தொழில்நுட்பத்தை எங்க நிலத்துல செய்து பார்த்தோம். விளைச்சல் அமோகமாக இருந்துச்சி. மத்த விவசாயிகளுக்கும் இதைச் சொல்லணும்னு ஆசைப்பட்டோம். மாண்டியாவுல இருக்கிற எங்க மடத்து மூலமா ஆயிரக்கணக்கான விவசாயிகளுக்கு பயிற்சி கொடுத்திருக்கோம். ஒண்ணே முக்கால் ஏக்கர்ல வாழை போட்டேன். அதுல ஊடுபயிரா கொத்தமல்லி விதைச்சேன். அடுத்த ஆறாவது மாசத்துல்ல ஒண்ணேகால் லட்ச ரூபாய் லாபம் கிடைச்சுது. இத்தனைக்கும், ஆள் கூலியைத் தவிர வேற எந்த செலவும் செய்யல.

ஜீரோ பட்ஜெட் விவசாயத்தைப் பத்தி தெரிஞ்சிக்க விரும்புறவங்க எங்க மடத்துக்கு வரலாம். ஒரு வேளை சாப்பாடு பத்து ரூபாய். தங்கற இடம் இலவசம். ஒரு மாசமோ, ரெண்டு மாசமோ, இருந்து கத்துக்கிட்டு போங்க” என்று அழைப்பு விடுத்தார் ராமண்ணா (முகவரி: தோட்டக்கார ராமண்ணா, ஆதிசுஞ்சனகிரி மடம், மாண்டியா, கர்நாடக மாநிலம்).

ருத்திரப்பா: “கர்நாடக மாநிலத்தின் வடபாகத்தில் உள்ள ஜமுக்கண்டி அருகேயுள்ள உளியால் கிராமத்தில் இருந்து வருகிறேன். ஏறத்தாழ 30 மணி நேரம் பேருந்தில் பயணம் செய்து வந்துள்ளேன். இதற்குக் காரணம், நானும் உங்களைப்போல ஒரு காலத்தில் நஷ்ட ஜீவனம் செய்து வந்த விவசாயி என்பதுதான். இன்று லட்சாதிபதியாக மாறிய வித்தையை உங்களுக்குக் கற்றுத் தரவே வந்துள்ளேன்.

ஜீரோ பட்ஜெட் விவசாயத்தை சரியாகப் புரிந்து கொண்டால் போதும், உங்களை யாரும் வீழ்த்தி விட முடியாது. சென்ற வருடம் ஒரு குவிண்டால் மஞ்சள் 2 ஆயிரம் ரூபாய்க்கு விற்பனையானது. எனது மஞ்சள் 4 ஆயிரம் ரூபாய் விலை போனது. இந்த வருடம், ‘6 ஆயிரம் ரூபாய் தருகிறோம்’ என்று அறுவடைக்கு முன்பாகவே விலை பேசுகிறார்கள்.

உரம், பூச்சிமருந்து, களைகொல்லி என்று எந்த செலவும் இல்லாமல் விவசாயத்துல லாபம் பார்க்க முடியும். அதற்கு நானே சாட்சி”.

கொடுக்கப்படுகின்றன. இவை, 90% சிறுநீர், சாணம் மற்றும் பால் மூலமாக வெளியே வந்துவிடும். மீதி 10% மருந்து அதன் வயிற்றுக்குள்ளேயே தங்கிவிடும். என்னதான் ஊசி போட்டாலும் பாலில் உள்ள திடச் சத்துக்களை அதிகரிக்கவே முடியாது. இது தெரியாமல் மாட்டுக்கு செயற்கை மருந்துகளைக் கொடுத்து, 'அதிக பால் உற்பத்தி செய்கிறோம்' என்கிறார்கள்.

இந்தியாவில் 'பசுமைப் புரட்சி' நடத்தப் பட்டதன் நோக்கமே மண்ணின் மட்குகளை அழிப்பதாகத்தான் நடந்திருக்கிறது. அதற்கு உதவி செய்ய வந்தவைதான் ஜெர்ஸி போன்ற வெளிநாட்டு மாடுகள். அவர்கள் திட்டமிட்டபடி அதிக பால் என்ற விளம்பரத்தை நம்பி, நாட்டு மாடுகள் ஓரம் கட்டப்பட்டுவிட்டன. வெளிநாட்டு ரக மாடுகள் பெருகிப் போகவே, மண்புழுக்களுக்குத் தேவையான உணவு கிடைக்காததால் நம்முடைய மண்ணில் மட்குகள் மறைந்துவிட்டன.

உண்மையில் நாட்டு மாட்டு இனங்களிலும் அதிகளவு பால் கொடுக்கும் ரகங்கள் உள்ளன. கிர் பசு 25 லிட்டர், சாகியவால் பசு 20 லிட்டர், காங்கிரேஜ் பசு 18 லிட்டர், சிந்தி பசு 25 லிட்டர் என்று பால் வழங்கும் திறன் கொண்ட பசுக்கள் இங்கேயும் உள்ளன.

இரண்டாயிரம் ஆண்டு களுக்கு முன்பே நம் நாட்டுமாடுகளின் சிறப்பை உணர்ந்த எகிப்தியர்கள், இங்கிருந்து நம் மாடுகளை அவர்கள் நாட்டுக்கு எடுத்துச் சென்றனர். உலகம் போற்றும் ரகம் நமது நாட்டு ரகம்தான். 'இது வருமானம் தருமா?' என்று பயப்பட வேண்டாம். நாட்டுப் பசுமாட்டின் பாலில் மருந்து குணம் இருப்பதால் ஆயுர்வேத மருந்து தயாரிப்பவர்கள் போட்டிப் போட்டுக் கொண்டு வாங்கிச் செல்கிறார்கள். விஷமற்ற பால் குடிக்க யாருக்குத்தான் ஆசை இல்லை?

நாட்டுப் பசுவின் சாணத்தில்தான் நன்மை செய்யும் உயிரிகள் இருக்கின்றன என்றால், எத்தனை மாட்டை வாங்கிக் கட்டுவது என்று வருத்தப்பட வேண்டாம். எனது ஆய்வின் மூலம் ஏக்கருக்கு 10 கிலோ சாணம் இருந்தால் போதும் என்று கண்டுப்பிடித்துள்ளேன். நாட்டு மாடு நாள் ஒன்றுக்கு 11 கிலோ சாணம் கொடுக்கும். இதை வைத்து 30 ஏக்கர் நிலம் முழுக்க விவசாயம் செய்ய முடியும்.

சாணம் எந்தளவுக்கு புதியதாக உள்ளதோ அந்தளவுக்கு நல்லது. ஆனால், மாட்டின் சிறுநீர் நாளாக நாளாகத்தான் அதிக பலன் கொடுக்கும். பொதுவாகச் சாணத்தை 7 நாட்களுக்குள் பயன்படுத்தினால்தான் பலன் உண்டு. ஒரு ஏக்கருக்கு 5 முதல் 10 லிட்டர் கோமியம் இருந்தாலே போதுமானது.

நாட்டுமாடு கொடுக்கும் சாணம் மற்றும் சிறுநீர் இவற்றை வைத்து ஜீவாமிர்தம், கன ஜீவாமிர்தம் போன்றவை தயாரிக்கலாம்.

| ஜீரோ பட்ஜெட் |

இவை மண்ணுக்கு உரமல்ல, மண்ணில் வாழும் நன்மை செய்யும் நுண்ணுயிர்களுக்கான உணவு. அதனால் வண்டி, வண்டியாக அவற்றைக் கொட்ட வேண்டியதில்லை. தேவையான அளவுக்குக் கொடுத்தாலே போதுமானது.

ஜீவாமிர்தம் தயாரிக்கத் தொட்டி இல்லையே... பிளாஸ்டிக் கேன் இல்லையே... என்றெல்லாம் வருத்தப்பட வேண்டாம். 3 அடி ஆழத்தில் மண்ணில் குழி எடுத்து, அதில் சாணக் கரைசலை உட்புறம் விட்டு தரையை மெழுகுவது போல மெழுகிவிடவும். பின்பு குழியின் மீது பிளாஸ்டிக் ஷீட் விரித்து, அதில் ஜீவாமிர்தம், பீஜாமிர்தம் போன்றவற்றைத் தயாரிக்கலாம். ஜீவாமிர்தத்தை பாசனநீரில் கலந்து விடலாம்.

கிணற்றுப் பாசனம் செய்பவர்கள் ஒரு ஏக்கருக்குத் தேவையான அளவு மட்டுமே நீர் இருந்தால், ஜீவாமிர்தம் தயாரித்து கிணற்றிலேயே ஊற்றி விடலாம். நீர்ப்பாசன வசதியில்லாதவர்கள் கன ஜீவாமிர்தத்தை வயலில் தூவி விடலாம். இல்லை என்றால் பயிர்களுக்கு அருகே கொஞ்சம், கொஞ்சமாக தெளித்துவிடலாம்."

இதையெல்லாம் எப்படி தயாரிப்பது... எந்த வேளையில் கொடுப்பது... எந்தப் பயிருக்கு எவ்வளவு கொடுப்பது... என்பது பற்றியெல்லாம் பாலேக்கர் என்ன சொல்கிறார் என்பதை அடுத்த அத்தியாயத்தில் பார்ப்போம்...

25

என்ன தெளிக்கலாம், எப்படி தெளிக்கலாம்?

ஈரோடு நகரில் மகாராஷ்டிராவின் வேளாண் வித்தகர் சுபாஷ் பாலேக்கரின் ஜீரோ பட்ஜெட் பயிற்சி வகுப்பு நடைபெற்றது. 'பசுமை விகடன்' முன்னின்று ஏற்பாடு செய்திருந்த இவ்வகுப்பில் பாலேக்கர் கொடுத்த பயிற்சிகள் குறித்து நாம் பார்த்து வருகிறோம்.

ஜீவாமிர்தம் உள்ளிட்ட பயிர் வளர்ச்சி ஊக்கிகள் மற்றும் பூச்சி விரட்டும் அஸ்திரங்களை பயிர்களுக்குப் பயன்படுத்துவது குறித்து பாலேக்கர் பேசியவை இங்கே இடம்பெறுகின்றன. ஜீவாமிர்தம் உள்ளிட்டவைகளைத் தயாரிப்பது எப்படி என்பது பெட்டிச் செய்திகளாக இடம்பிடிக்கின்றன.

இதோ பாலேக்கர் பேசுகிறார்...

"இங்கே நான் சொல்லும் கணக்குகள் எல்லாமே ஒரு ஏக்கர் அளவில் விதைக்கப்பட்டிருக்கும் பயிர்களுக்கானவை. ஜீவாமிர்தம் தெளிக்கவேண்டிய காலம் மற்றும் அளவுகள் பற்றி இப்போது பார்ப்போம்.

உளுந்து, பச்சைப்பயறு, கம்பு, தட்டைப்பயறு, சோயா போன்ற 90 நாட்கள் வயது கொண்ட பயிர்களுக்கு,

முதல் தெளிப்பு, விதைப்புச் செய்த 21-ம் நாள் செய்யவேண்டும். 100 லிட்டர் நீரில், 5 லிட்டர் ஜீவாமிர்தம் என்ற அளவில் கலந்து தெளிக்கவேண்டும். அடுத்து, 21 நாட்கள் கழித்து இரண்டாவது தெளிப்பு. 150 லிட்டர் நீருடன் 10 லிட்டர் ஜீவாமிர்தம் என்ற விகிதத்திலும், மூன்றாவது தெளிப்பு, 200 லிட்டர் நீருடன் 20 லிட்டர் ஜீவாமிர்தம் என்கிற விகிதத்திலும் கலந்து தெளிக்கவேண்டும்.

நான்காவது தெளிப்பு, பயிர் பால் பிடிக்கும் தருணத்தில் செய்யப்பட வேண்டும். 200 லிட்டர் நீருடன், பசு அல்லது எருமை மாட்டின் மோர் 5 லிட்டர் கலந்து தெளிக்கவேண்டும். இப்படிச் செய்வதால் பயிர்களுக்கு ஊட்டச் சத்துக் கிடைக்கிறது. இதனால் பயிர் வேகமாக வளர்ந்து நல்ல பலன் கொடுக்கும்.

நெல், கோதுமை, கேழ்வரகு, காய்கறி என 90 முதல் 120 நாட்கள் வயது கொண்ட பயிர் வகைகள் மற்றும் மலர்ச் செடிகளுக்கு:

நடவு செய்த ஒரு மாதத்துக்கு பிறகு, முதல் தெளிப்பு தெளிக்க வேண்டும். 100 லிட்டர் நீருடன் 5 லிட்டர் ஜீவாமிர்தத்தைக் கலந்து தெளிக்க வேண்டும். அடுத்தடுத்த தெளிப்புகளை 21 நாட்களுக்கு ஒரு முறை மேற்கொள்ளவேண்டும். இரண்டாவது தெளிப்பு, 150 லிட்டர் நீருடன் 10 லிட்டர் ஜீவாமிர்தம். மூன்றாவது தெளிப்பு: 200 லிட்டர் நீம் அஸ்திரா (இந்தத் தருணத்தில் பூச்சி, நோய் தாக்குதல் ஏற்படும். அதைத் தடுக்க நீம் அஸ்திரா மட்டும் தெளிக்கவேண்டும்). நான்காவது தெளிப்பு, 200 லிட்டர் நீரில் 20 லிட்டர் ஜீவாமிர்தம் என்ற விகிதத்தில் கலந்து தெளிக்க வேண்டும்.

கடைசித் தெளிப்பு, பால் பிடிக்கும் நேரத்தில் 200 லிட்டர் நீருடன் 5 லிட்டர் புளித்த மோர் கலந்து தெளிக்கவேண்டும். மலர்ச் செடிகளைப் பொறுத்தவரை, மொட்டுப் பருவத்தில் இத்தெளிப்பைச் செய்யவேண்டும். உளுந்து, சோளம், காய்கறி, கொண்டைக்கடலை, நிலக்கடலை, எள் போன்ற 120 முதல் 150 நாட்கள் வயது கொண்ட பயிர்களுக்கு:

விதைப்பு செய்த ஒரு மாதம் கழித்து 100 லிட்டர் நீருடன் 5 லிட்டர் ஜீவாமிர்தம் கலந்து தெளிக்கவேண்டும். இரண்டாவது தெளிப்பு தொடங்கி, அடுத்தடுத்த தெளிப்புகளை 21 நாட்களுக்கு ஒரு முறை மேற்கொள்ள வேண்டும். இரண்டாவது தெளிப்பு, 150 லிட்டர் நீருடன் 10 லிட்டர் ஜீவாமிர்தம். மூன்றாவது தெளிப்பு, 200 லிட்டர் நீம் அஸ்திரா(இந்தத் தருணத்தில் பூச்சி, நோய் தாக்குதல் ஏற்படும். அதைத்தடுக்க நீம் அஸ்திரா மட்டும் தெளிக்கவேண்டும்). நான்காவது தெளிப்பு, 200 லிட்டர் நீர் 20 லிட்டர் ஜீவாமிர்தம். ஐந்தாவது தெளிப்பு, 200 லிட்டர் நீருடன் 5 லிட்டர் மோர். ஆறாவது தெளிப்பு 200 லிட்டர் நீரில் 20 லிட்டர் ஜீவாமிர்தம் என்ற விகிதத்தில் கலந்து தெளிக்கவேண்டும்.

பருத்தி, மிளகாய், துவரை, இஞ்சி, ஆமணக்கு, கொடிபூசணி, அவரை, பாகல் போன்ற 150 முதல் 210 நாட்கள் வயது கொண்ட பயிர் களுக்கு:

விதைப்புச் செய்த ஒரு மாதம் கழித்து 100 லிட்டர் நீருடன் 5 லிட்டர் ஜீவாமிர்தம் கலந்து தெளிக்க வேண்டும். இரண்டாவது தெளிப்பு, ஒரு மாத இடைவெளியில் 150 லிட்டர் நீருடன், 10 லிட்டர்

ஜீவாமிர்தத்தால் செழிப்பாக உள்ள வாழை மரங்கள்

ஜீவாமிர்தம் கலந்து தெளிக்கவேண்டும். அடுத்தடுத்த தெளிப்புகளை 21 நாட்களுக்கு ஒரு முறை மேற்கொள்ளவேண்டும். மூன்றாவது தெளிப்பு, 200 லிட்டர் நீம் அஸ்திரா. நான்காம் தெளிப்பு, 200 லிட்டர் நீருடன் 20 லிட்டர் ஜீவாமிர்தம். ஐந்தாவது தெளிப்புக்கு 200 லிட்டர் நீருடன் 6 லிட்டர் பிரம்மாஸ்திரம் (இந்த நேரத்தில் சாறு உறிஞ்சும் பூச்சிகள், வண்டுகள், காயை குடையும் புழுக்கள் போன்றவற்றால் பாதிப்பு வருவதைத் தடுக்கவே பிரம்மாஸ்திரம்). ஆறாவது தெளிப்புக்கு 200 லிட்டர் நீருடன் 20 லிட்டர் ஜீவாமிர்தம். ஏழாவது தெளிப்புக்கு 200 லிட்டர் நீருடன் 6 லிட்டர் அக்னி அஸ்திரா (காய்ப்புழு, தண்டு துளைப்பான் போன்ற புழுக்கள் கட்டுப்படும்) என்ற விகிதங்களில் கலந்து தெளிக்க வேண்டும்.

எட்டாவது தெளிப்புக்கு சுக்கு அஸ்திரா (பூஞ்சானக் கொல்லி) 200 லிட்டர் தெளிக்கலாம். ஒன்பதாவது தெளிப்பின்போது பச்சைப் பயறு, தட்டைப்பயறு, கொள்ளு, கொண்டைக்கடலை, துவரை பயறு ஆகியவற்றுடன் எள் மற்றும் கேழ்வரகு என ஏழு தானியங்களை அரைத்து மாவாக்கித் தெளிக்கவேண்டும்.

தானியங்களை தலா 100 கிராம் வீதம் எடுத்து நீரில் ஊற வைத்து, பின்பு பருத்தித் துணியில் கட்டி வைக்கவேண்டும். முளை கட்டியதும் எள் உட்பட எல்லாவற்றையும் அம்மி அல்லது உரலில் போட்டு ஆட்டி மாவாக எடுத்துக் கொள்ளவும். இந்த மாவினை 200 லிட்டர் நீரில் கலந்து, அதனுடன் 10 லிட்டர் மாட்டுச் கோமியம் கலந்து 24 மணி நேரம் நிழலில் வைத்திருக்கவும். பின்பு இதைப் பயிர்களுக்குத் தெளிக்கலாம். இதனுடன் 2 லிட்டர் தேங்காய் (இளநீர் அல்ல) தண்ணீரை கலந்து தெளிப்பது பயிர் வளர்ச்சிக்கு கூடுதல் உதவியாக இருக்கும்.

ஜீரோ பட்ஜெட்

கரும்பு, வாழை... போன்ற ஓராண்டு பயிர்களுக்கு முதல் 5 மாதம் வரை கடலை, நெல் போன்றவற்றுக்கு தெளிப்பது போலவே தொழில் நுட்பங்களைக் கடைப்பிடிக்கலாம். 6 மற்றும் 8-ம் மாதங்களில் 200 லிட்டர் நீரில் 20 லிட்டர் ஜீவாமிர்தம் கலந்து தெளிக்கவேண்டும். 9-ம் மாதம் ஏழு வகை தானியங்களை மாவாக்கி (பருத்தி மற்றும் துவரை போன்றவற்றுக்குச் சொல்லப்பட்டது போல) தெளிக்கவேண்டும். தென்னை, மா, கொய்யா... போன்ற பல ஆண்டு பயிர்களுக்கும் இதே முறையை பின்பற்றி தெளிக்கலாம்" என்று விரிவாகச் சொன்ன பாலேக்கர், பயிர்கள் ஆரோக்கியமாக வளர வேண்டும் என்றால் விதை பழுதில்லாமல் இருக்க வேண்டும். தரமான விதைகளுக்கான தொழில்நுட்பம், ஒரு பயிர் எந்தளவுக்கு மண்ணில் இருந்து சத்துக்களை எடுத்துக் கொள்கிறது என்பது பற்றியெல்லாம் பேசினார்.

பீஜாமிர்தம்

தண்ணீர் 20 லிட்டர், பசு மாட்டுச் சாணம் 5 கிலோ, கோமியம் 5 லிட்டர், நல்ல நுண்ணுயிரிகள் இருக்கும் மண் ஒரு கைப்பிடி அளவு. இவற்றை ஒன்றாகச் சேர்த்து நன்றாக கலக்கவேண்டும். மாலை 6 மணி முதல் மறுநாள் காலை 6 மணி வரை நன்றாக ஊறவிட வேண்டும். இதுதான் பீஜாமிர்தம். அதன் பிறகு சுத்தமானச் சுண்ணாம்பு 50 கிராம் போட்டு அதைக் கலக்கவேண்டும். அதன்பிறகே விதையை அந்தக் கரைசலில் நனையவிட்டு, விதைக்கவேண்டும். கரைசலில் சுமார் 2 மணிநேரம் விதைகளை நனையவிட்டால் போதும். பயிர்களைத் தாக்கும் வேர் அழுகல், வேர்க் கரையான், வேர்ப்புழு நோய்கள் தடுக்கப்படுகின்றன.

ஜீவாமிர்தம்

பசுஞ்சாணம் 10 கிலோ, கோமியம் 10 லிட்டர், வெல்லம் 2 கிலோ, பயறு மாவு (உளுந்து, துவரை ஏதாவது ஒன்று) 2 கிலோ, தண்ணீர் 200 லிட்டர் இதனுடன் ஒரு கைப்பிடி உங்கள் நிலத்தின் மண் சேர்த்து பிளாஸ்டிக் கேனில் 48 மணி நேரம், அதாவது இரண்டு நாட்கள் வைத்திருக்கவேண்டும். பிளாஸ்டிக் கேனை மரத்தின் நிழலில் வைப்பது முக்கியம். காலை, மதியம், மாலை என்று மூன்று முறை கடிகாரச் சுற்றுப்படி குச்சி வைத்து இதைக் கலக்கி விட்டு வந்தால் ஜீவாமிர்தம் தயார். இது ஒரு ஏக்கருக்கான அளவு. பாசன நீரிலேயே கலந்து விடலாம்.

கன ஜீவாமிர்தம்

பசுஞ்சாணம் 100 கிலோ, 2 கிலோ வெல்லம், 2 கிலோ பயறு மாவு போதும். இதை எல்லாம் ஒன்றாகக் கலந்து கொள்ளுங்கள் கூடவே உப்புமா பதம் வருவதற்கு எவ்வளவு தேவையோ அந்தளவுக்கு கோமியத்தைக் கலந்தால் போதும்.

நீம் அஸ்திரா

நாட்டுமாட்டுச் சாணம் 2 கிலோ, நாட்டுமாட்டுச் சிறுநீர் 10 லிட்டர், வேப்பங்குச்சிகள் மற்றும் இலை 10 கிலோ இவற்றை பெரிய பாத்திரத்தில் போட்டு, 200 லிட்டர் நீரையும் ஊற்றி 48 மணி நேரம் ஊற வைக்கவேண்டும். மூடி போட்டு மூடக்கூடாது. இதை கடிகாரச்சுற்றுக்கு எதிர்திசையில் மூன்று தடவைக் கலக்கிவிடவேண்டும். பின்பு வடிகட்டி, பயிர்களுக்குத் தெளிக்கலாம்.

பிரம்மாஸ்திரம்

மூன்று கிலோ அளவிலான வேப்பங்குச்சிகளை விழுதாக அரைக்கவேண்டும். இதனுடன் சீத்தா, புங்கன், ஆமணக்கு, பப்பாளி, கொய்யா, ஊமத்தை, கருவேலம், பாகல் ஆகியவற்றின் இலைகளை தலா இரண்டு கிலோ வீதம் சேர்த்து அரைக்கவேண்டும் (ஏதாவது ஐந்து இலைகள் இருந்தால் கூட போதும். இலைகளை அப்படியே போட்டால், பிரம்மாஸ்திரம் தயாராவதற்கு நாள் பிடிக்கும்). இவற்றைப் பத்து லிட்டர் பசுமாட்டு சிறுநீரில் கலந்து அடுப்பில் 10 நிமிடம் கொதிக்க வைக்கவும். பின்பு 48 மணி நேரம் குளிர வைத்து, வடிகட்டி, பயிர்களுக்கு தெளிக்கலாம். இந்தக் கரைசலை ஆறு மாதம் வரை சேமித்து வைத்திருக்கலாம்.

அக்னி அஸ்திரம்

புகையிலை அரை கிலோ, பச்சை மிளகாய் அரை கிலோ, பூண்டு அரை கிலோ, வேம்பு இலை 5 கிலோ ஆகியவற்றை அரைத்து, 15 லிட்டர் பசுமாட்டு சிறுநீரில் கரைக்கவேண்டும். இதை நான்கு முறை கொதிக்கவைத்து இறக்கிக் கொள்ளவும். 48 மணி நேரம் கழித்து சுத்தமான துணியால் வடிகட்டி பயிர்களுக்கு தெளிக்கலாம். இந்தக் கரைசலை 3 மாதம் வரை பாட்டிலில் சேமித்து வைக்கலாம்.

சுக்கு அஸ்திரா

சுக்குத் தூள் 200 கிராம் எடுத்து, 2 லிட்டர் நீரில் கலந்து பாதியாக சுண்டும் வரை காய்ச்சவும். பின்பு குளிர வைக்கவும். பசு அல்லது எருமைப் பால் 5 லிட்டர் எடுத்து, தாமிரம் தவிர்த்த பிற பாத்திரங்களில் கொதிக்க வைக்கவும். படிந்திருக்கும் ஆடையை எடுத்து விடவும். ஆறிய பிறகு இதனுடன் 200 லிட்டர் நீர் மற்றும் சுக்கு கலந்த நீர் ஆகியவற்றைக் கலந்து பயிர்களுக்கு தெளிக்கலாம். இது சிறந்த பூஞ்சானக் கொல்லியாகும். இதை 21 நாட்கள் வரை சேமித்து வைக்கலாம்.

“காற்று மண்டலமே தழைச்சத்து கடல்!”

26

தமிழக விவசாயிகளுக்கு பாலேக்கர் கொடுத்த ஜீரோ பட்ஜெட் பயிற்சிகள் குறித்து நாம் பார்த்தோம். அதன் தொடர்ச்சியாக, பயிர்கள் ஆரோக்கியமாக வளர எப்படி விதைநேர்த்தி செய்வது... பயிர்கள் மண்ணில் இருந்து எவ்வளவு சத்துக்களை எடுத்துக்கொள்கின்றன என்பது பற்றி பாலேக்கர் சொல்வதை இங்கே கேட்போம்.

“இப்போது நான் சொல்லப்போகும் விஷயங்கள் பற்றி அவசியம் ஒவ்வொரு விவசாயியும் தெரிந்து வைத்திருக்க வேண்டும். அப்போதுதான் எதிர்பார்த்த விளைச்சல் கிடைக்கும். எனவே எல்லோரும் உன்னிப்பாகக் கவனியுங்கள்” என்று பள்ளிக்கூட வாத்தியாராக கட்டளையிட்ட பாலேக்கர், சரசரவென விவரிக்கத் தொடங்கினார்.

“கம்பு, சோளம், கேழ்வரகு, தினை, மக்காச்சோளம் நெல்.. போன்ற தானியங்களை விதைநேர்த்தி செய்ய ஒரே மாதிரியான தொழில் நுட்பங்களைப் பின்பற்றினால் போதும். மரத்தடியில் ஒரு பிளாஸ்டிக் ஷீட்டில் தானிய விதைகளைப் பரப்பி வையுங்கள். அதன் மீது பீஜாமிர்தக் கரைசலை தெளித்து விடுங்கள். பீஜாமிர்தக் கரைசல் விதைகளில் நன்றாக ஒட்டும்படி கைகளால் நன்றாகத் தேய்த்து விடுங்கள். இதே முறையை பருத்திக்கும் செய்யலாம். பின்பு விதைகளை நிழலில் உலர வைத்து, விதைக்கலாம்.

பச்சைப்பயறு, உளுந்து, தட்டைப்பயறு, துவரை, கொண்டைக்கடலை, சோயா, அவரை, பட்டாணி போன்ற பயிர்களுக்கும், மேலே சொன்னது போலவே பிளாஸ்டிக் ஷீட் விரித்து பீஜாமிர்தக் கரைசலைத் தெளிக்கலாம். ஆனால், எக்காரணத்தைக் கொண்டும் விதைகளைத் தேய்க்கக்கூடாது, தேய்த்தால் மெல்லிய

உயிர் மூடாக்கு

உறையுள்ள இந்த தானியங்களின் விதைகள் உடைந்துவிடும். அதனால் விதைகளை மேலும் கீழுமாக நன்றாகப் புரட்டி விட்டு, நிழலில் உலர்த்தி விதைக்கலாம். நிலக்கடலைக்கு மட்டும் தனியாக ஒரு தொழில் நுட்பம் உள்ளது. விதைகளின் அளவுக்கு ஏற்ப ஒரு பிளாஸ்டிக் டிரம்மில் பீஜாமிர்தக் கரைசலை எடுத்துக் கொள்ளவும். இதில் விதைகளைப் போட்டு மெதுவாகக் கலக்கிவிடவும். சிறிதுநேரம் கழித்து விதைகளை நிழலில் உலர வைத்து, பின்பு விதைத்துவிட வேண்டும்.

வாழை, கரும்பு, இஞ்சி, மஞ்சள் ஆகியவற்றுக்கு எப்படி விதைநேர்த்தி செய்யலாம் என்பதைப் பார்ப்போம். பீஜாமிர்தத்தை பெரிய பாத்திரத்தில் எடுத்துக்கொள்ளவும். விதைகளை ஒரு மூங்கில் கூடையில் வைத்து பீஜாமிர்தத்தில் சிறிதுநேரம் நனைத்து எடுத்து, உலர வைத்த பின்பு விதையுங்கள்.

நெல், தக்காளி கத்தரி, மிளகாய், மலர் செடிகள் போன்ற நாற்றுகளின் வேரை பீஜாமிர்தத்தில் நனைத்து நடவு செய்யலாம். இதே முறையில் முருங்கை, ரோஜா, மாதுளை, திராட்சை, கிளரிசீடியா.. போன்ற விதைத் தண்டுகளையும் பீஜாமிர்தம் மூலம் விதைநேர்த்தி செய்யலாம்” என்று சொன்ன பாலேக்கர், அடுத்த தொழில்நுட்பத்துக்குள் புகுந்தார்.

“நமக்கு உடலை மறைக்க எந்த அளவுக்கு உடை அவசியமோ, அதேபோல நிலத்துக்கு மூடாக்கு முக்கியம். இதனால் நிலத்தில் உள்ள ஈரப்பதம் காணாமல் போகாது. நுண்ணுயிர்களும் பெருகும். மண்புழுக்களும் சுறுசுறுப்பாக வேலை செய்யும்.

மூடாக்கில் மூன்று வகை உள்ளன. 1. மண் மூடாக்கு 2. இலை, தழை மூடாக்கு 3. உயிர் மூடாக்கு.

| ஜீரோ பட்ஜெட் |

இலை, தழை மூடாக்கு

மண் மூடாக்கு: நிலத்தை நாலரை அங்குல ஆழத்துக்கு உழவு செய்து விடுங்கள். இதனால் பெய்கின்ற மழைநீர் நிலத்தில் இறங்கும். களைகளும் கட்டுப்படும். நன்மை செய்யும் நுண்ணுயிர்கள் பெரும்பாலும் நிலத்தில் நாலரை அங்குல ஆழத்துக்குள்தான் இருக்கின்றன. 92 % பயிர்களின் வேர்களும் இந்த அளவுக்குள்தான் இருக்கின்றன. எனவே, இந்த அளவுக்கு உழுதாலே போதுமானது. இந்த நாலரை அங்குல மண்ணைத்தான் 'தாய்மண்' என்கிறோம். நிலத்தை இப்படி உழவு செய்வதுதான் மண் மூடாக்கு.

இலை, தழை மூடாக்கு: வேலியோரம் வீணாக வளர்ந்து கிடக்கும் களைச்செடிகள், உதிர்ந்து விழுந்த இலை-தழைகள், கரும்புத்தோகை, தாவரக் கழிவு என எதுவெல்லாம் மட்கும் தன்மை கொண்டதோ... அதையெல்லாம் மூடாக்காகப் போடலாம். இந்த மூடாக்கை ஒரு பாத்தி விட்டு, ஒரு பாத்தி என்கிற அளவில் போடலாம். இதனால் 50% நீர் மிச்சமாகும். இதனால் பாதி நிலத்தில் களை எடுக்கும் வேலையும் குறையும். நிலத்தில் உள்ள நீர் ஆவியாவது 100% தடுக்கப்படும். எல்லாவற்றுக்கும் மேலாக இவையெல்லாம் மட்கி, உரமாகி விளைச்சலைக் கூட்டும். படித்து விட்டு சும்மா கிடக்கும் செய்தித்தாள்களையும் மூடாக்காகப் போடலாம். செய்தித்தாள்களின் மூலப்பொருள் மரத்தில் இருந்தே கிடைப்பது என்பதால், அவையும் மட்கி உரமாகும்.

உயிர் மூடாக்கு: நிலத்தில் உள்ள பயிர்களையே மூடாக்காக மாற்றுவதுதான் உயிர் மூடாக்கு. உளுந்து தட்டைப்பயறு,

நாட்டுத் தக்காளி

பச்சைப்பயறு, துவரை போன்ற பயறு வகைப் பயிர்களை இதற்கு பயன்படுத்தலாம். வயலில் பயிர் செய்த இடம்போக, காலியாக உள்ள இடத்தில் இவற்றை விதைப்புச் செய்யவேண்டும். இதனால் கூடுதல் வருமானம் ஒரு பக்கம் கிடைக்கும். பயறு வகைப் பயிர்கள் காற்றில் உள்ள தழைச்சத்தை இழுத்து மண்ணில் சேர்க்கும். இதனால் நிலமும் வளமடையும். இதற்காக நீங்கள் பிரத்யேகமாக எதுவும் செய்யத் தேவையில்லை. ஆனால், கிடைக்கும் பலன்களோ அதிகம்" என்று அடித்துச் சொன்ன பாலேக்கர், பயிர்கள் எந்த அளவு சத்துக்களை மண்ணில் இருந்து எடுத்துக்கொள்கிறது என்பதைப் பற்றி சொல்லி விவசாயிகளை வியப்பின் விளிம்புக்கு அழைத்துச் சென்றார்.

"பஞ்சபூதங்களான நிலம், நீர், காற்று, ஆகாயம், நெருப்பு போன்றவை பயிர் வளர்ச்சிக்கு அடிப்படையாகத் தேவைப்படுகின்றன. நூறு கிலோ எடை கொண்ட கரும்புப் பயிரை வெட்டி, நன்றாக உலர வைத்து விடுங்கள். பின்பு எடை போட்டுப் பார்த்தால் 22 கிலோதான் இருக்கும். அதாவது, 78 கிலோ நீர் ஆவியாகிவிட்டது. இந்த 22 கிலோ காய்ந்த பொருளை எரித்தால் 1.5 கிலோ சாம்பல் கிடைக்கும். நாம் எரித்தபோது 20.5 கிலோ கார்பன்டை ஆக்ஸைடு காற்றுடன் கலந்து வளிமண்டலத்துக்குச் சென்று விட்டது. மீதி உள்ளது 1.5 கிலோ சாம்பல் மட்டுமே. இதுதான் மண்ணில் இருந்து அந்தப் பயிர் எடுத்துக்கொண்ட சத்துக்களின் அளவு. இந்த 1.5 கிலோ சத்துக்களை தரத்தான் விவசாயிகள் ஆயிரக்கணக்கில் செலவு செய்து வருகிறார்கள். இது அவசியமில்லை. பேரூட்டச் சத்துக்களான நைட்ரஜன், பாஸ்பேட்,

பொட்டாஷ் போன்றவைதான் பெருமளவு இந்த 1.5 கிலோவில் உள்ளன. மேலும் சில நுண்ணூட்டச் சத்துக்களும் இதில் அடங்கி உள்ளன.

நைட்ரஜன் என்று சொல்லப்படும் தழைச்சத்துக்காக காசு கொடுத்து உரம் வாங்க வேண்டாம். காற்று மண்டலமே ஒரு தழைச்சத்துக் கடலாகத்தான் இருக்கிறது. இந்தத் தழைச்சத்துக்களை இழுக்கும் பயறு வகைப் பயிர்களை பயிரிடலாம். தழைச்சத்துக்களை நிலை நிறுத்தும் பாக்டீரியாக்களான ரைசோபியம், அசோட்டோ ஃபாக்டர் (Azotobacter) போன்றவை நம் நாட்டுமாட்டின் குடலில் உள்ளன. எனவே நாட்டுமாட்டு சாணத்தில் தயாரிக்கப்பட்ட ஜீவாமிர்தத்தை பயிர்களுக்கு பயன்படுத்தினால், தழைச்சத்து பாக்டீரியாக்கள் வயலில் பெருகும்.

மண்ணில் இயற்கையாகவே பாஸ்பேட் என்று சொல்லப்படும் மணிச்சத்து உள்ளது. ஆனால், பயிர்கள் எடுத்துக்கொள்ள முடியாத வடிவில் அவை உள்ளன. பாஸ்பேட் சாலிபலைசிங் பாக்டீரியா (பிஎஸ்பி) , மண்ணிலிருக்கும் மணிச்சத்தை உடைத்து பயிர் எடுத்துக் கொள்ளும் வகையில் கொடுக்கிறது. இந்த பாக்டீரியாவும் கூட நாட்டுமாட்டு குடலில் இருக்கிறது என்பது குறிப்பிடத்தக்கது.

அடுத்து பொட்டாஷ் என்று சொல்லப்படும் சாம்பல் சத்துப் பற்றி பார்க்கலாம். இது இயற்கையாகவே உங்கள் நிலத்தில் பரவிக் கிடக்கிறது. பொட்டாஷ் வடிவில் இல்லாமல் சிலிகேட் வடிவில் உள்ளது அவ்வளவுதான். இந்த சிலிகேட்டை பயிர்களின் வேர்கள் தொட்டுக்கூட பார்க்காது. இதை பொட்டாஷ் வடிவில் மாற்றும் வேலையை பேசில்லஸ் சிலிகேட் என்ற பாக்டீரியா செய்கிறது. இதுவும் நம் நாட்டுமாட்டுக் குடலில் இருக்கிறது.

மேலும், பயிர்களுக்குத் தேவையான நுண்ணூட்டச் சத்துக்கள் மண்புழு மூலமும், ஜீவாமிர்தத்திலும் கிடைக்கின்றன. எனவே எந்தக் காலத்திலும் நீங்கள் காசு கொடுத்து உரம், பூச்சிமருந்து வாங்கி பயன்படுத்த வேண்டிய நிலை ஏற்படாது” என்று அழுத்தம் கொடுத்துச் சொன்ன பாலேக்கர்,

“இனி ரசாயன உரம் போடுவீர்களா?” என்று விவசாயிகளைப் பார்த்து கேட்க, “போடமாட்டோம்... போடமாட்டோம்” என்று ஒட்டுமொத்த அரங்கமும் அதிரும் அளவுக்கு குரல் எழுப்பினார்கள். நான்கு நாள் பயிற்சி வகுப்பின்போது ஆணித்தரமாக தன் கருத்துகளை பாலேக்கர் எடுத்து வைக்க... எல்லாவற்றையும் எழுத்துவிடாமல் மனதிலும் குறிப்பேட்டிலும் பதித்துக்கொண்ட விவசாயிகள், ‘இன்று புதிதாய் பிறந்தோம்’ என்றபடி புறப்பட்டனர்!